ജ്ഞാനപ്പാന

Malayalam Language

NJHANAPPANA
(Study)

By
POONTHANAM

Edited with Introduction & Commentary
Prof. CHATHANATH ACHUTHAN UNNY

First Edition: June 2004

Second Edition: August 2018

Typeset & Layout by Lipi DTP

Cover Designed by Lipi Digital

Printed by Lipi Digital Prints

Price: Rs. 80/-

Publishers
LIPI PUBLICATIONS
Head Office
Al Ameen Building, 13/766- U 6
Rly.Stn. Link Road, Kozhikode - 673002
Tel: 0495-2700321

Showroom
LIPI BOOKS
B-12, Vikas Building, Rly. Stn. Link Road, Kozhikode-2
Tel: 0495-2700192 Mobile: 9847262583
Email: lipipublicationsclt@gmail.com
lipiakbar@gmail.com
www.lipipublications.com

ജ്ഞാനപ്പാന

പൂന്താനം

പഠനവും വ്യാഖ്യാനവും

പ്രൊഫ. ചാത്തനാത്ത് അച്യുതനുണ്ണി

ലിപി പബ്ലിക്കേഷൻസ്
കോഴിക്കോട്-2
വില: 80 രൂപ

ആമുഖം

ജ്ഞാനപ്പാന മലയാളത്തിലെ ഭക്തിസാഹിത്യ ശാഖയിൽ സമുന്ന തസ്ഥാനമർഹിക്കുന്ന പ്രശസ്തകൃതിയാണ്. ഇതിന്റെ കർത്താവായ പൂന്താനം നമ്പൂതിരിയെക്കുറിച്ച് കേട്ടുകേൾവികളല്ലാതെ വ്യക്തമായ വിവ രങ്ങളൊന്നും നമുക്കു കൈവന്നിട്ടില്ല. മലപ്പുറം ജില്ലയിൽ പെരിന്തൽമ ണ്ണയിൽ നിന്ന് എട്ടുകിലോമീറ്റർ വടക്ക് കീഴാറ്റൂർ പഞ്ചായത്തിലാണ് പൂന്താനം ഇല്ലം. അവിടെ കൊല്ലവർഷം 725നും 825നും ഇടയിൽ (ക്രി.വ. 1550-1650) ഈ കവി ജീവിച്ചിരുന്നതായി കരുതാം. പൂന്താനത്തിന്റെ തെന്നു പ്രസിദ്ധമായ *ഭാഷാകർണ്ണാമൃത*ത്തിലെ,

> ത്വന്നാമ സങ്കീർത്തനമെണ്ണിയെണ്ണി
> തൊണ്ണൂറടുത്തു പരിവത്സരം മേ

എന്ന വരികളിൽ നിന്ന്, അദ്ദേഹം തൊണ്ണൂറുവയസ്സുവരെയെങ്കിലും ജീവിച്ചുവെന്നു തെളിയുന്നുണ്ട്. പേരെന്തെന്നറിഞ്ഞുകൂടാ. ബ്രഹ്മദത്തൻ എന്നു ചിലരും, ശങ്കരനാരായണൻ എന്നു മറ്റു ചിലരും അഭിപ്രായപ്പെ ട്ടിട്ടുള്ളത് തക്കതായ തെളിവുകളുടെ അടിസ്ഥാനത്തിലല്ല. *ഭാഷാകർണ്ണാ മൃത*ത്തിലും *സന്താനഗോപാലം പാന*യിലും ശ്രീനീലകണ്ഠൻ എന്നൊരു ഗുരുനാഥനെ പരാമർശിച്ചുകാണുന്നുണ്ട്. അദ്ദേഹം ആരെന്നുമറിവായി ട്ടില്ല.

പൂന്താനത്തിന്റെ പ്രകൃഷ്ടകൃതികൾ ഇപ്പോൾ ഇവിടെ പേരെടുത്തു പറഞ്ഞ മൂന്നു കാവ്യങ്ങളാണ് - *ജ്ഞാനപ്പാന, സന്താനഗോപാലം പാന, ഭാഷാ കർണ്ണാമൃതം.* ഇവയ്ക്കു പുറമെ ഭക്തന്മാരുടെ നാവുകളിൽ നൃത്തംചെയ്യുന്ന അനേകം കീർത്തനങ്ങളും അദ്ദേഹത്തിന്റേതായി അറി യപ്പെടുന്നുണ്ട് - *നൂറ്റെട്ടു ഹരി, ആനന്ദനൃത്തം, മൂലതത്ത്വം, അംബാ സ്തവം (ഘനസംഘം), സ്വരസ്തോത്രം, മഹാലക്ഷ്മീസ്തവം, പാർത്ഥ സാരഥീസ്തവം* മുതലായവ. സംസ്കൃതത്തിലും തമിഴിലും ചില കീർത്തനങ്ങൾ അദ്ദേഹം രചിച്ചതായി ഉള്ളൂർ രേഖപ്പെടുത്തുന്നു.

അഗാധവും അചഞ്ചലവുമായ ശ്രീകൃഷ്ണഭക്തിയാണ് പൂന്താന ത്തിന്റെ കവിതയുടെ കാതൽ. എല്ലാ മാസവും ഗുരുവായൂരമ്പലത്തിൽ

പോയി ഭഗവാനെ ഭജിച്ചിരുന്നു അദ്ദേഹമെന്നാണൈതിഹ്യം. അവിടെ വെച്ചാണ് സംസ്കൃത മഹാകവിയും പണ്ഡിത വരേണ്യനുമായ മേല്പത്തൂർ നാരായണ ഭട്ടതിരിയെ അദ്ദേഹം പരിചയപ്പെടുന്നത്. വാതരോഗ ബാധിതനായ മേല്പത്തൂർ ഗുരുവായൂരപ്പനെ ഭജിച്ചുകൊണ്ട്, *നാരായണീയ* രചനയിൽ മുഴുകി അവിടെ കഴിഞ്ഞിരുന്ന കാലത്ത് പൂന്താനം തന്റെ കവിത വായിച്ചു തിരുത്തണമെന്നഭ്യർത്ഥിച്ച് അദ്ദേഹത്തെ സമീപിച്ചുവെന്നും, ഭാഷാകവിതയെ പുച്ഛിച്ച് ഭട്ടതിരി ആ അഭ്യർത്ഥന മാനിച്ചില്ലെന്നും, അന്നുരാത്രി മേല്പത്തൂർ കണ്ട സ്വപ്നത്തിൽ പ്രത്യക്ഷപ്പെട്ട ഭഗവാൻ "ഭട്ടതിരിയുടെ വിഭക്തിയേക്കാൾ പൂന്താനത്തിന്റെ ഭക്തിയാണ് എനിക്കിഷ്ടം" എന്നരുളിച്ചെയ്തുവെന്നും ഐതിഹ്യമുണ്ട്. പൂന്താനം കവിതയിലെ അകളങ്കമായ ഭക്തിയുടെ നിറവാണ് ഈ കഥ വിളംബരം ചെയ്യുന്നത്. കവിതയിൽ വ്യുത്പത്തിയേക്കാൾ മൂല്യം വൈകാരികമായ അന്തർഭാവത്തിനാണെന്ന സാഹിത്യരഹസ്യവും ഇതിൽ തെളിയുന്നു.

വിവാഹം കഴിഞ്ഞ് ഏറെക്കാലമായിട്ടും ഉണ്ണിയുണ്ടാവാതെ ദുഃഖിതനായ പൂന്താനം ഭഗവാന് സമർപ്പിച്ച കാവ്യാർച്ചനയാണ് *സന്താനഗോപാലം പാന* എന്നത്രേ പ്രസിദ്ധി. അതിന്റെ ഫലമായി അദ്ദേഹത്തിന് ഒരു പുത്രൻ പിറന്നു. ചോറൂണിൻ നാൾ ആ ഉണ്ണി വിഴുപ്പു വസ്ത്രങ്ങൾക്കടിയിൽപ്പെട്ട് ശ്വാസം മുട്ടി മരിയ്ക്കാനിടയായെന്നാണ് കേൾവി. അസഹനീയമായ ആ ദുഃഖത്തിന്റെ അഗ്നിജ്വാലകളിൽ അദ്ദേഹത്തിന്റെ ഭഗവദ്ഭക്തി കൂടുതൽ തിളക്കം നേടുകയും അതിൽ തത്ത്വചിന്ത ഘനീഭവിക്കുകയും ചെയ്തുവെന്ന് സാക്ഷ്യപ്പെടുത്തുന്ന കാവ്യമാണ് *ജ്ഞാനപ്പാന.*

ഉണ്ണിക്കൃഷ്ണൻ മനസ്സിൽ കളിക്കുമ്പോ-
ളുണ്ണികൾ മറ്റു വേണമോ മക്കളായ്

എന്ന *ജ്ഞാനപ്പാന*യിലെ ഈരടി വിഷാദത്തെ ഭക്തിയിലും വാത്സല്യത്തിലും അലിയിക്കുന്നതാണ്.

പ്രായമേറിയപ്പോൾ ഗുരുവായൂർക്ക് യാത്രചെയ്യാനാവാതെ ഭഗവദ്ദർശനം മുടങ്ങിപ്പോകുന്നതിൽ മനംനൊന്ത പൂന്താനം, ഗുരുവായൂരപ്പൻ സ്വപ്നത്തിൽ നിർദ്ദേശിച്ചതനുസരിച്ച്, തന്റെ ഇല്ലത്തിനടുത്ത് ഒരു അമ്പലം പണിത് അതിൽ ഗുരുവായൂരപ്പനെ പ്രതിഷ്ഠിച്ച് ആരാധിച്ചു. അതാണ് ഇടത്തുപുറത്തമ്പലം. തൊണ്ണൂറാം വയസ്സിനടുത്ത് അദ്ദേഹം

രചിച്ച *ഭാഷാകർണ്ണാമൃതം (ശ്രീകൃഷ്ണകർണ്ണാമൃതം)* എന്ന കൃതി ഇടത്തുപുറത്തപ്പനെ (വാമപുരാധിവാസി) സ്തുതിക്കുന്നതാണ്.

പൂന്താനത്തിന്റെ ആത്മസത്തയിൽ വിരിഞ്ഞുനിന്ന ഭക്തിയുടെ പൂന്തേനാണ് കവിതയായി നിറഞ്ഞൊഴുകിയത്. "പൂന്തേനാം പല കാവ്യം കണ്ണന്നു നിവേദിച്ച പൂന്താനം" എന്ന് വള്ളത്തോൾ ('ഭക്തിയും വിഭക്തിയും' എന്ന കവിതയിൽ) അദ്ദേഹത്തെ വിശേഷിപ്പിച്ചത് ആ കവിതയുടെ മാധുര്യവും വിശുദ്ധിയും വ്യക്തമാക്കുന്നു. ആത്മാർത്ഥതയുടെ ആർജ്ജവവും പ്രസാദവും ലാവണ്യവും വാക്കുകളിൽ നൃത്തമാടുന്ന പൂന്താനം കവിതകൾ കാതോടുകാതു പകർന്ന് എഴുത്തും വായനയുമറിയാത്ത സാധാരണക്കാർക്ക് പോലും ഹൃദിസ്ഥമായിത്തീർന്നതിൽ ആശ്ചര്യപ്പെടാനില്ല. 'ആനന്ദ നൃത്തം' പോലുള്ള ലഘുകീർത്തനങ്ങൾ, "കേരളത്തിലെ പ്രാതഃസന്ധ്യകളെയും സായംസന്ധ്യകളെയും ഏതാണ്ടു നാലു നൂറ്റാണ്ടുകളോളം കുളിർകാറ്റുകൊണ്ടെന്ന പോലെ രോമാഞ്ചമണിയിച്ചു; പുതുപൂക്കളെക്കൊണ്ടെന്നപോലെ സുരഭിലമാക്കി; കിളികളുടെ കളഗാനംകൊണ്ടെന്നപോലെ മുഖരമാക്കി; നീഹാരശീകരങ്ങളെക്കൊണ്ടെന്നപോലെ ആർദ്രമാക്കി. നാസ്തികനായ നിരൂപകന്നുപോലും ഈ യാഥാർത്ഥ്യത്തെ അവഗണിക്കാൻ കഴിയുകയില്ല." (*മലയാള കവിതാസാഹിത്യ ചരിത്രം,* പു: 104) എന്ന ഡോ.എം. ലീലാവതിയുടെ നിരീക്ഷണത്തിൽ കവിതയുണ്ടെന്നല്ലാതെ അത്യുക്തിയില്ല.

പണ്ഡിതന്നും പാമരന്നും ഒരുപോലെ അനശീലനം ചെയ്യാവുന്ന ഏറ്റവും ലളിതമായ ഭക്തിമാർഗ്ഗമാണ് ഭഗവന്നാമസങ്കീർത്തനമെന്ന് *ജ്ഞാനപ്പാന*യിൽ പൂന്താനം ആവർത്തിച്ചു പറയുന്നുണ്ട്. "ഋതുവായ പെണ്ണിനുമിരപ്പന്നു ദാഹകിനു പതിതന്നു മഗ്നിയജനം ചെയ്ത ഭൂസുരനും" എപ്പോഴും ജപിക്കാവുന്നതാണ് ഭഗവന്നാമമെന്ന് *ഹരിനാമകീർത്തന* കാരനും നാമമാഹാത്മ്യം വ്യക്തമാക്കിയിട്ടുണ്ടല്ലോ. പൂന്താനം *ജ്ഞാനപ്പാന*യുടെ ആരംഭത്തിലേ പറയുന്നത് നരജന്മം സഫലമാകുവാൻ തിരുനാമങ്ങൾ നാവിന്മേൽ എപ്പോഴും ഉണ്ടായിരിക്കണമെന്നാണ്. മുക്തി വരുത്തുവാൻ ഏറ്റവും എളുതായ യത്നം നാമസങ്കീർത്തനമാണെന്നും കലിയുഗത്തിലെ കർമ്മക്ഷേത്രമായ ഭാരതത്തിൽ മാത്രമേ ഇത്രയും ആയാസരഹിതമായ മുക്തി സാധനയുള്ളൂ എന്നും അദ്ദേഹം ചൂണ്ടിക്കാണിക്കുന്നു.

കർമ്മമത്രേ മനുഷ്യനെ ഇഹലോക ജീവിതത്തിൽ തളച്ചിടുന്നത്. സൽക്കർമ്മമായാലും ദുഷ്ക്കർമ്മമായാലും ബന്ധ സാധനമാണ്. കർമ്മ

മൊടുങ്ങിയാൽ ജീവൻ ബ്രഹ്മസായൂജ്യം പ്രാപിക്കും. അതിന്നുള്ള എളുപ്പവഴിയാണ് നാമജപം. മനസ്സിനെ നാമസങ്കീർത്തനത്തിൽ ഏകാഗ്രമാക്കി നിർത്തിയാൽ കർമ്മങ്ങളിൽ സക്തിയില്ലാതായിത്തീരും. സമൂഹത്തിലെ ഏത് ഉന്നതനും അധഃസ്ഥിതനും ഏതവസ്ഥയിലും നാമജപത്തിൽ മുഴുകാം. ഭാരതവും ഭാഗവതവും ഭഗവദ്ഗീതയും ഈ തത്ത്വം എത്രയോ കാലം മുമ്പ് ഉദ്ഘോഷിച്ചത്രേ. എന്നിട്ടും അതു ജനങ്ങൾ വേണ്ടുംവണ്ണം ഉൾക്കൊണ്ടിട്ടില്ല. പ്രാപഞ്ചിക സുഖങ്ങളിൽ മുഴുകി വിവേകം നഷ്ടപ്പെട്ടവരുടെ ദുഃഖനിവാരണത്തിന് എറ്റവും നല്ല മാർഗ്ഗം നാമസങ്കീർത്തനമാണെന്ന് ഉദ്ബോധിപ്പിക്കുവാനാണ് താൻ ഈ കാവ്യം രചിച്ചതെന്ന് പ്രസ്താവിച്ചുകൊണ്ടാണ് പൂന്താനം കാവ്യം ഉപസംഹരിക്കുന്നത്.

കർമ്മസഞ്ചയത്തെ നിഷേധിച്ച് അച്ഛൻ, അമ്മ, ഭാര്യ, സന്താനങ്ങൾ, ബന്ധുക്കൾ, സുഹൃത്തുക്കൾ മുതലായ ലൗകികബന്ധങ്ങളെയെല്ലാം നിരാകരിക്കുന്നതിലൂടെ ജീവിതത്തെ നിശ്ചലവും ജഡപ്രായവുമാക്കുകയാണ് പൂന്താനം എന്നു ധരിക്കരുത്. കുടുംബ- സൗഹൃദ്ബന്ധങ്ങളേയും കടമകളെയും ധർമ്മബോധത്തോടെ സുദൃഢമായി നിലനിർത്തണമെന്നുതന്നെയാണ് അദ്ദേഹത്തിന്റെ മതം. അപ്രകാരം ചെയ്യാത്ത അധർമ്മചാരികളെ സോപഹാസം വിമർശിക്കുന്നുമുണ്ടദ്ദേഹം.

ചഞ്ചലാക്ഷിമാർവീടുകളിൽ പൂക്കു
കുഞ്ചിരാമനായാടുന്നിതു ചിലർ...
കൊഞ്ചിക്കൊണ്ടു വളർന്നൊരു പൈതലെ
കഞ്ഞിക്കില്ലാഞ്ഞു വിൽക്കുന്നിതു ചിലർ
അമ്മയ്ക്കും പുനരച്ഛനും ഭാര്യയ്ക്കും
ഉണ്മാൻപോലും കൊടുക്കുന്നില്ല ചിലർ
അഗ്നിസാക്ഷിണിയായൊരുപത്നിയെ
സ്വപ്നത്തിൽപോലും കാണുന്നില്ല ചിലർ

ജനിച്ചാൽ മരണം വന്നെത്തുവോളം കർമ്മം ചെയ്യാതെ കഴിയില്ലെന്ന പരമാർത്ഥം അദ്ദേഹം തിരിച്ചറിയുന്നുണ്ട്. എന്നാൽ, കർമ്മങ്ങളിൽ തികഞ്ഞ ധർമ്മം പുലർത്തി, ആസക്തി വെടിഞ്ഞ് മനസ്സിനെ നിർമ്മലവും പ്രശാന്തവുമാക്കിയാൽ കർമ്മം കൊണ്ടുള്ള കെട്ടുപാടുകളിൽനിന്നു മുക്തി നേടാമെന്നതാണ് അദ്ദേഹത്തിന്റെ അനാസക്തിയോഗം. അതിന്നുപായമായാണ് ഏതു ദരിദ്രനും സുലഭമായ തിരുനാമസങ്കീർത്തനമെന്ന അതിലളിതമാർഗ്ഗം അദ്ദേഹം ഉപദേശിച്ചത്. ചുറ്റു

പാടും സമൂഹത്തിന്റെ എല്ലാ തലങ്ങളിലും നിലനിന്ന സ്വാർത്ഥലോഭങ്ങളും അധികാരഭ്രമവും കാമവും അഹങ്കാരവും അത്യാർത്തിയും മാത്സര്യവും സാത്വികനായ പൂന്താനത്തിന്റെ ധർമ്മരോഷത്തിനും ഉപഹാസത്തിനും വിഷയമാകുന്നു. വേദജ്ഞാനംകൊണ്ടും വിശുദ്ധമായ ജീവിതചര്യകൊണ്ടും സത്യത്തെ ബ്രഹ്മമായിക്കരുതേണ്ട ബ്രാഹ്മണർപോലും അധർമ്മമാർഗ്ഗം അവലംബിക്കുന്നതായി അദ്ദേഹം ചൂണ്ടിക്കാട്ടുന്നു.

ബ്രാഹ്മണ്യംകൊണ്ടു കുന്തിച്ചുകുന്തിച്ചു
ബ്രഹ്മാവുമെനിക്കൊവ്വായെന്നും ചിലർ
അർത്ഥാശയ്ക്കു വിരുതു വിളിപ്പിപ്പാൻ
അഗ്നിഹോത്രാദിചെയ്യുന്നിതു ചിലർ...
വിദ്യകൊണ്ടറിയേണ്ടതറിയാതെ
വിദ്വാനെന്നു നടിക്കുന്നിതു ചിലർ

മുൻപിൻനോക്കാതെ ഐഹിക ജീവിതത്തെ അത്യന്ത ഗൗരവത്തോടുകൂടി നോക്കിക്കാണുന്നതുകൊണ്ടത്രേ ഈവിധം മനുഷ്യർ മദമാത്സര്യാദികൾക്കടിപ്പെട്ടുപോകുന്നത്. ജനിക്കുന്നതിനു മുമ്പും മരണത്തിന്നു പിൻപുമുള്ള അവസ്ഥയുടെ ശൂന്യതയെക്കുറിച്ച് ഒരു നിമിഷമൊന്നാലോചിച്ചാൽമതി, ഇടവേളയായ ഈ ലഘു ജീവിതത്തിന്റെ ക്ഷണികതയും നിസ്സാരതയും നമുക്കു ബോധ്യപ്പെടാൻ. അതുകൊണ്ട്, ഇതുവരെ അപരിചിതരായിരുന്നവരും ഇനിമേലിലും അപരിചിതരായി വേർപിരിയാനിരിക്കുന്നവരുമായ നാം തമ്മിൽ വെറുതേ മത്സരിക്കുന്നതെന്തിനാണ്?

കൂടിയല്ലാ പിറക്കുന്ന നേരത്തും
കൂടിയല്ലാ മരിക്കുന്ന നേരത്തും
മദ്ധ്യേയിങ്ങനെ കാണുന്ന നേരത്തു
മത്സരിക്കുന്നതെന്തിനു നാം വൃഥാ?

എന്ന ഋജുവായ ചോദ്യം ഏതു പാമരന്റേയും മനസ്സിൽ വിനയത്തിന്റെയും വിദ്യയുടെയും വിളക്കുകൊളുത്തുവാൻ പര്യാപ്തമാകുന്നു.

ജ്ഞാനമെന്നത് ഇവിടെ സാംഖ്യം, വേദാന്തം മുതലായ തത്ത്വ ദർശനങ്ങളോ തർക്കം, വ്യാകരണം തുടങ്ങിയ ശാസ്ത്രങ്ങളോ മിനക്കെട്ടിരുന്നു പഠിച്ചുണ്ടാകുന്ന വ്യുത്പത്തിയല്ല; പണ്ഡിത പാമര ഭേദം കൂടാതെ എല്ലാ മനുഷ്യരും സമൂഹത്തിന്റെ എല്ലാ പടവുകളിലും നിത്യജീവിതത്തിൽ പ്രായോഗികമാക്കേണ്ടുന്ന വിശുദ്ധവും സരളവുമായ ധർമ്മചര്യ

യാണ്. ആ ധർമ്മചര്യ കർമ്മബന്ധങ്ങളിൽനിന്നും വിമുക്തിയേകും. മനസ്സിന്നു ശാന്തിയരുളും. സമൂഹത്തെയെന്നല്ല, പ്രപഞ്ചത്തെയാകമാനം നിസ്വാർത്ഥമായ സ്നേഹമായും സത്യമായും സാക്ഷാൽക്കരിക്കുവാൻ കഴിയും. അതുതന്നെയത്രേ ബ്രഹ്മസായൂജ്യം. ഇങ്ങനെ സാർവ്വലൗകികമായ സ്നേഹത്തിന്റെ ധർമ്മശാസ്ത്രമാണ് *ജ്ഞാനപ്പാന* ഉദ്ഗാനം ചെയ്യുന്നത്.

പൂന്താനത്തിന്റെ കവിത ഉൾക്കൊള്ളുന്ന ഭാഷാപരമായ സ്വത്വത്തിന്റെ അടരുകൾ രൂപ ഭാവ ശില്പങ്ങളെ എങ്ങനെ സമന്വയിപ്പിക്കുന്നു എന്നുകൂടി പരിശോധിക്കാം.

സന്താനഗോപാലം, ജ്ഞാനപ്പാന എന്നീ ഖണ്ഡകാവ്യങ്ങളുടെ വൃത്തം പാനയാണല്ലോ. ഭദ്രകാളിക്ഷേത്രങ്ങളിലെ ഒരനുഷ്ഠാനകലയാണ് പാന. പാനപ്പാട്ടിന്റെ താളശില്പം ഗ്രാമീണജനകീയപാരമ്പര്യത്തിൽ അധിഷ്ഠിതമാണ്. വള്ളുവനാട്ട് വിശേഷിച്ചും പ്രചുരപ്രചാരമാർജ്ജിച്ചിരുന്ന പാനയ്ക്ക് സാധാരണക്കാരുടെ ഹൃദയങ്ങളിൽ ഭക്തിയും വിശ്വാസവും ജനിപ്പിക്കുവാൻ പോരുന്ന ഒരു ശബ്ദസംഗീതം സ്വതഃസിദ്ധമായുണ്ട്. പാനയുടെ ഈ ഭാവോന്മീലനസാധ്യതയെയാണ് *സന്താനഗോപാലത്തിലും ജ്ഞാനപ്പാനയിലും* പൂന്താനം സമർത്ഥമായി ഉപയോഗപ്പെടുത്തിയത്. അദ്ദേഹം ജനിച്ചുവളർന്ന കാലഘട്ടത്തിന്റെ - 16-ാം നൂറ്റാണ്ടിന്റെ ചരിത്രസാമൂഹികപരിസരം ശ്രദ്ധിക്കേണ്ടതുണ്ട്. ധാർമ്മികമായും സദാചാരപരമായും അധഃപതിച്ചിരുന്ന ഒരു സമൂഹമായിരുന്നു അദ്ദേഹത്തിനുചുറ്റും. 12-ാം നൂറ്റാണ്ടുമുതൽ വളർന്നുവന്ന 'മഹിളാളിമഹാസ്പദ'മായ മണിപ്രവാളത്തിന്റെ *വൈശിക തന്ത്ര- ചന്ദ്രോത്സവ*പാരമ്പര്യം അദ്ദേഹത്തിന്നു പിറകിൽ സംഭോഗശൃംഗാരത്തിന്റെ നിറക്കൂട്ടുള്ള മടുപ്പിക്കുന്ന നിയോക്ലാസിക് അന്തരീക്ഷം നിലനിർത്തിയിരുന്നു. 'കാലമിന്നു കലിയുഗമല്ലയോ?' എന്ന് ഈ സാമൂഹികധർമ്മഭ്രംശത്തിന്നു സാമ്പ്രദായികരീതിയിൽ കാരണം കണ്ടെത്തിയിട്ടുണ്ട് പൂന്താനം.

'സ്ഥാനമാനങ്ങൾ ചൊല്ലിക്കലഹിച്ചു
നാണംകെട്ടു നടക്കുന്നിതു ചിലർ...
ചഞ്ചലാക്ഷിമാർ വീടുകളിൽ പൂക്കു
കുഞ്ചിരാമനായാടുന്നിതു ചിലർ
കോലകങ്ങളിൽ സേവകരായിട്ടു
കോലംകെട്ടി ഞെളിയുന്നിതു ചിലർ...

അമ്മയ്ക്കും പുനരച്ഛനും ഭാര്യയ്ക്കും
ഉണ്മാൻപോലും കൊടുക്കുന്നില്ല ചിലർ
അഗ്നിസാക്ഷിണിയായൊരു ഭാര്യയെ
സ്വപ്നത്തിൽപോലും കാണുന്നില്ല ചിലർ...
ബ്രാഹ്മണ്യംകൊണ്ടു കുന്തിച്ചു കുന്തിച്ചു.
ബ്രഹ്മാവും നമുക്കൊവ്വായെന്നും ചിലർ'

എന്നും മറ്റും അക്കാലത്തെ സാമൂഹികസ്ഥിതിയെക്കുറിച്ചു പൂന്താനം പരിതപിക്കുകയും പരിഹസിക്കുകയും ചെയ്തിട്ടുണ്ട്. ഈ അന്തരീക്ഷത്തിൽനിന്നു മോചനം നേടുവാൻ ജനഹൃദയങ്ങളിൽ ഭക്തിയും ധർമ്മബോധവും ഉളവാക്കുകയായിരുന്നു അദ്ദേഹത്തിന്റെ ലക്ഷ്യം. ഇതിന്നുവേണ്ടി രചിക്കപ്പെട്ട രണ്ടു പാനകളിലും വൃത്തത്തെ സമർത്ഥമായ ഒരു പുരഃക്ഷേപണതന്ത്രമായി അദ്ദേഹം ഉപയോഗപ്പെടുത്തി.

ദുഃഖനിവാരണത്തിന്നായി ഭക്തിയിലൂടെ ആത്മസമർപ്പണം ചെയ്യുന്ന വൈയക്തികമായ മറ്റൊരു അടരും ഈ കൃതികളിൽ കാണാം. ഉണ്ണിയില്ലാത്ത ദുഃഖമാണ് കവിയെ *സന്താനഗോപാല*ത്തിലൂടെ ആത്മസമർപ്പണത്തിന്നു പ്രേരിപ്പിച്ചതെങ്കിൽ ആറ്റുനോറ്റുപിറന്ന ഉണ്ണിയുടെ അകാലമൃത്യുവാണ് *ജ്ഞാനപ്പാന*യുടെ രചനയ്ക്കു ഹേതു.

അത്ഭുതഭാവങ്ങളെ വ്യഞ്ജിപ്പിക്കുന്നതിനു സമർത്ഥമായ താളശില്പം രചിക്കുന്നതിൽ പൂന്താനത്തിനുള്ള വൈദഗ്ദ്ധ്യം ശ്രദ്ധേയമാണ്.

അമ്പാടിതന്നിലൊരുണ്ണിയുണ്ടങ്ങനെ
ഉണ്ണിക്കൊരോടക്കുഴലുമുണ്ടങ്ങനെ

(ആനന്ദനൃത്തം)

എന്ന ശീലിൽ വാത്സല്യവും ഭക്തിയും
അഞ്ജനശ്രീധരാ ചാരുമൂർത്തേ കൃഷ്ണ
അഞ്ജലി കൂപ്പി വണങ്ങിടുന്നേൻ

(സ്വരസ്തോത്രം)

എന്ന ശീലിൽ ലാളിത്യമാർന്ന ഭക്തിയും.

ഘനസംഘമിടയുന്ന തനുകാന്തി തൊഴുന്നേൻ
അണിതിങ്കൾക്കല ചൂടും പുരിജട തൊഴുന്നേൻ

(അംബാസ്തവം)

എന്ന തിരുമന്ധാംകുന്നിലമ്മയെ സ്തുതിക്കുന്ന അഞ്ചടിപ്പാട്ടിൽ ഗാംഭീര്യംനിറഞ്ഞ ഭക്തിയും പുരഃക്ഷിപ്തമാകുന്നതു നോക്കുക.

കവിതകളിലെ പദസംരചന, സാമാന്യമായിപ്പറഞ്ഞാൽ, രണ്ടുമാതിരയാണ്: ഒന്നാമത്തേത് പദങ്ങൾ തിരഞ്ഞെടുത്ത് ഒന്നിനൊന്നു കൂട്ടിത്തൊടുത്തു വിന്യസിക്കുന്നതിലുണ്ടാകുന്ന പൂർവാപരസംബന്ധം, പദങ്ങളുടെ അക്ഷതലബന്ധം. രണ്ടാമത്തേത് പദങ്ങളുടെ ലംബതലബന്ധം: പദങ്ങൾ കവിതയിൽ പ്രയോഗിച്ചിട്ടില്ലാത്ത മറ്റ് പല പദങ്ങളോടും സാദൃശ്യം, സാമാന്യവിശേഷഭാവം, കാര്യകാരണഭാവം, വൈപരീത്യം തുടങ്ങിയ ഏതെങ്കിലും അടിസ്ഥാനത്തിൽ സ്ഥാപിക്കുന്ന സംബന്ധം. പ്രത്യക്ഷമായ അഥവാ വാച്യമായ അർത്ഥത്തേക്കാൾ പ്രാധാന്യം ലംബതലബന്ധത്താൽ സൂചിപ്പിക്കപ്പെടുന്ന പരോക്ഷാർത്ഥതലത്തിന്നായിരിക്കും. പ്രാചീനഭാരതീയാചാര്യന്മാർ ലക്ഷണയെന്നും വ്യഞ്ജനയെന്നും വകതിരിച്ചത് ഈ വിധത്തിലുള്ള വക്രമായ അർത്ഥപ്രകാശനതന്ത്രത്തെയത്രേ. കാവ്യാസ്വാദനത്തിൽ തഴക്കം സിദ്ധിച്ച പ്രതിഭാശാലികളായ സഹൃദയർക്കുമാത്രമേ പദങ്ങളുടെ ലംബതലസംബന്ധത്തിലൂന്നിയ പരോക്ഷമായ അർത്ഥച്ഛായകങ്ങൾ മനസ്സിലാക്കാൻ കഴിയൂ. 'വ്യംഗ്യമായ അർത്ഥം കാവ്യാസ്വാദനത്തിൽ സവിശേഷവൈദഗ്ധ്യമുള്ള പ്രതിഭാശാലികളായ ആസ്വാദകർക്കുമാത്രമേ മനസ്സിലാവൂ' എന്ന് ധ്വന്യാലോകത്തിൽ ആനന്ദവർദ്ധനാചാര്യൻ പ്രസ്താവിച്ചിട്ടുണ്ട്. കാളിദാസകൃതികൾ മുതൽ മേല്പത്തൂരിന്റെ നാരായണീയംവരെയുള്ള പ്രകൃഷ്ടരചനകളിൽ പദ-വാക്യങ്ങളിലുള്ള ലംബതലസംബന്ധം എത്രമാത്രം അർത്ഥവൈചിത്രം സൃഷ്ടിക്കുന്നുവെന്ന വസ്തുത പൂന്താനത്തിന്നു നന്നായി അറിയാമായിരുന്നു. എന്നിട്ടും, കരുതിക്കൂട്ടിത്തന്നെ, പൂന്താനം കഴിയുന്നിടത്തോളം വക്രതാവിച്ഛിത്തി ഒഴിവാക്കുവാനും അക്ഷതലബന്ധത്തിൽ ശ്രദ്ധിക്കുവാനും യത്നിച്ചു. ലക്ഷണാവ്യാപാരത്തെ, വിശേഷിച്ച് ഗൗണീലക്ഷണയെ, വളരെക്കുറച്ചുമാത്രം ഉപയോഗിച്ച്, കഴിയുന്നതും നേരിട്ടുള്ള ആഖ്യാനം നിർവ്വഹിക്കുകയാണ് പൂന്താനം ചെയ്തത്. ഇതിന്നു മുഖ്യമായും രണ്ടു കാര്യങ്ങൾ തെളിഞ്ഞുകാണാം: ഒന്നാമത്തേത് - കഷ്ടിച്ച് അക്ഷരാഭ്യാസംമാത്രം സിദ്ധിച്ച് സാധാരണക്കാരായ മലയാളികൾക്കുവേണ്ടിയാണ്, സഹൃദയരായ കാവ്യാസ്വാദകർക്കുവേണ്ടിയല്ല താൻ കവിതയുണ്ടാക്കുന്നത് എന്ന ബോധവും ഉളവാക്കുകയായിരുന്നു അദ്ദേഹത്തിന്റെ ലക്ഷ്യം. അവരുടെ ഹൃദയത്തിലേക്ക് നേരിട്ടു കടന്നു ചെല്ലുമാറ് സരളവും ഋജുവുമായ ആഖ്യാനശൈലി

അദ്ദേഹം തിരഞ്ഞെടുത്തു. മറ്റൊരു കാരണം - പ്രതിപാദ്യവിഷയത്തോട് പൂന്താനം പുലർത്തിയ അളവറ്റ ആത്മാർത്ഥതയത്രേ. ഇതുമൂലം, ഏറ്റവും വ്യക്തമായി നേരിട്ട് ആത്മസമർപ്പണം ചെയ്യുവാൻ പോന്ന അവക്രമമായ ഭാഷാശില്പം അദ്ദേഹം തിരഞ്ഞെടുത്തു. കഴിയുന്നിടത്തോളം മലയാളത്തനിമയുള്ള പ്രസന്നമായ ഭാഷയിലാണ് അദ്ദേഹം എഴുതിയത്. താഴെച്ചേർക്കുന്ന ഏതാനും ഉദാഹരണങ്ങൾ ശ്രദ്ധിക്കുക, ഒന്നിനും വ്യാഖ്യാനം ആവശ്യമില്ല. ഇവയിലെല്ലാം അർത്ഥത്തിന്റെ വക്രതാവൈചിത്ര്യത്തെയല്ല, ഋജുതയെത്തന്നെയാണ് പൂന്താനം പുരഃക്ഷേപണതന്ത്രമായി പ്രയോഗിക്കുന്നത്. അനുപ്രാസാദ്യലങ്കാരങ്ങൾ, സമമിതി, ഉചിതപദങ്ങളുടെ തിരഞ്ഞെടുപ്പിൽ പാലിക്കുന്ന വ്യഞ്ജനാതന്ത്രം എന്നിങ്ങനെ ശില്പപരമായ സവിശേഷതകൾ അദ്ദേഹം ഉപയോഗപ്പെടുത്തുന്നതു കാണാം.

'ഒമ്പതാമതൊരുണ്ണി പിറന്നപ്പോൾ
സംഭ്രമത്തോടെ ചെന്നു മഹീസുരൻ
അപ്പൊഴത്തെയവസ്ഥ നിരൂപിപ്പാൻ
കെല്പു പോരാ നമുക്കെന്റെ ദൈവമേ.
വിപ്രൻചെന്നു കിടാവിനെ നോക്കുമ്പോൾ
വീർപ്പുമാത്രവുമില്ല കുമാരന്നു
പാപ,മെന്തിനിരിയ്ക്കുന്നു ഞാനെന്നു
വാവിട്ടൊന്നലറീ മഹീദേവനും.'

(സന്താനഗോപാലം)

'കൃഷ്ണകൃഷ്ണ നിരൂപിച്ചുകാണുമ്പോൾ
തൃഷ്ണകൊണ്ടേ ഭ്രമിക്കുന്നിതൊക്കെയും
എണ്ണിയെണ്ണിക്കുറയുന്നിതായുസ്സും
മണ്ടിമണ്ടിക്കരേറുന്നു മോഹവും
വന്നുവോണം കഴിഞ്ഞു വിഷുവെന്നും
വന്നില്ലല്ലോ തിരുവാതിരയെന്നും
കുംഭമാസത്തിലാകുന്നു നമ്മുടെ
ജന്മനക്ഷത്രമശ്വതിനാളെന്നും
ശ്രാദ്ധമുണ്ടഹോ വൃശ്ചികമാസത്തിൽ
സദ്യയൊന്നുമെളുതല്ലിനിയെന്നും
ഉണ്ണിയുണ്ടായി വേൾപ്പിച്ചതിലൊരു
ഉണ്ണിയുണ്ടായിക്കണ്ടാവൂ ഞാനെന്നും.

കോണിക്കൽതന്നെ വന്ന നിലമിനി-
ക്കാണമന്യന്നെടുപ്പിക്കരുതെന്നും
ഇത്ഥമോരോന്നു ചിന്തിച്ചിരിക്കവേ
ചത്തുപോകുന്നു പാവം ശിവശിവ!

(ജ്ഞാനപ്പാന)

'അമ്മയിരുന്നു തയിർകടഞ്ഞീടുമ്പോ-
ഴമ്മിഞ്ഞ കണ്ടു കൊതിച്ച കൃഷ്ണാഹരി
തിണ്ണംതയിർപാത്രം പൊട്ടിച്ചവിടുന്നു
വെണ്ണയും കൊണ്ടോടിപ്പോയ കൃഷ്ണാ ഹരി'

(നൂറ്റെട്ടു ഹരി)

'ഉണ്ണിക്കാൽകൊണ്ടു നൃത്തങ്ങളുമരനിറമെ-
ക്കിങ്ങിണിപ്പൊന്നരഞ്ഞാ-
ളുണ്ണിക്കൈകൊണ്ടു താളങ്ങളുമണിമുടിയിൽ
പിഞ്ഛവും കൊഞ്ചൽവായ്പും
ഉണ്ണിക്കണ്ണന്റെ പൂമൈ കുഴൽവിളിയുമടു-
ത്തുള്ള ചിൽപിള്ളരും മേ
കണ്ണിൽക്കാണുന്നപോലെ മനതാളിരിലുദി-
ക്കേണമോർക്കുമ്പൊഴെല്ലാം.'

(ശ്രീകൃഷ്ണകർണ്ണാമൃതം)

ഗഹനമായ ആധ്യാത്മികതത്ത്വങ്ങളാവിഷ്കരിക്കുവാനും ലളിത പദ രചനയാണ് പൂന്താനം ഉപയോഗിക്കുന്നത്. *ജ്ഞാനപ്പാന*യിലെ താഴെ ച്ചേർത്ത വരികൾ നോക്കുക.

'നമ്മെയൊക്കെയും ബന്ധിച്ച സാധനം
കർമ്മമെന്നറിയേണ്ടതു മുമ്പിനാൽ
മുന്നിക്കണ്ട വിശ്വമശേഷവും
ഒന്നായുള്ളൊരു ജ്യോതിസ്വരൂപമായ്
ഒന്നും ചെന്നങ്ങു തന്നോടുപറ്റാതെ
ഒന്നിലും ചെന്നു താനും വലയാതെ
ഒന്നെന്നുള്ളിലുറയ്ക്കും ജനങ്ങൾക്കു
ഒന്നുകൊണ്ടറിവാകുന്ന വസ്തുവായ്
ഒന്നിലുറയ്ക്കാത്ത ജനങ്ങൾക്കു
ഒന്നുകൊണ്ടും തിരിയാത്ത വസ്തുവായ്

ഒന്നുപോലെയൊന്നില്ലാതെ കണ്ടതിൽ
ഒന്നായുള്ളൊരു ജീവസ്വരൂപമായ്
ഒന്നിലുമൊരു ബന്ധമില്ലാതെയായ്
നിന്നവൻതന്നെ വിശ്വം ചമച്ചുപോൽ.'

ഒന്ന് എന്ന പദത്തിന്റെ ആവൃത്തി അദ്വൈതബോധത്തെ സമർത്ഥമായി ധ്വനിപ്പിക്കുന്നതു ശ്രദ്ധേയമാണ്. ഇത്തരത്തിൽ പദാവർത്തനം കൊണ്ടുളവാകുന്ന സമമിതി അനേകം സന്ദർഭങ്ങളിൽ ഒരു വ്യഞ്ജകമായി പൂന്താനത്തിന്റെ കാവ്യങ്ങളിൽ കാണാം.

'അമ്പാടിതന്നിലൊരുണ്ണിയുണ്ടങ്ങനെ
ഉണ്ണിക്കൊരോടക്കുഴലുമുണ്ടങ്ങനെ
ഉണ്ണിക്കു പേരുണ്ണിക്കൃഷ്ണനെന്നങ്ങനെ
ഉണ്ണി വയറ്റത്തു ചേറുമുണ്ടങ്ങനെ
ഉണ്ണിക്കൈ രണ്ടിലും വെണ്ണയുണ്ടങ്ങനെ
ഉണ്ണിക്കാൽകൊണ്ടൊരു നൃത്തമുണ്ടങ്ങനെ
ഉണ്ണിത്തളകൾ ചിലമ്പുമുണ്ടങ്ങനെ
ഉണ്ണിക്കാൽ രണ്ടും തുടുതുടയങ്ങനെ'

(ആനന്ദനൃത്തം)

കവിതയിലുടനീളം 'ഉണ്ണി'യുടെ ആവൃത്തി വാത്സല്യഭക്തിയെയും 'അങ്ങനെ'യുടെ ആവൃത്തി അനിർവാച്യമായ ആനന്ദാനുഭൂതിയെയും ധ്വനിപ്പിക്കുന്നു. വിവർത്തനക്ഷമമല്ലാത്ത മലയാളത്തനിമയാണ് ഈ പദങ്ങളുടെ പ്രതീയമാനതയ്ക്കടിസ്ഥാനം.

'ദുഃഖമെടുത്തതിനെന്തേ മൂലം കൃഷ്ണ
ദുഃഖമെടുത്തതു ജന്മം മൂലം
ജന്മമെടുത്തതിനെന്തേ മൂലം കൃഷ്ണ
ജന്മമെടുത്തതു കർമ്മം മൂലം
കർമ്മമെടുത്തതിനെന്തേ മൂലം കൃഷ്ണ
കർമ്മമെടുത്തതു രംഗം മൂലം
രാഗമെടുത്തതിനെന്തേ മൂലം കൃഷ്ണ
രാഗമെടുത്തതു മാനം മൂലം'

(മൂലതത്ത്വം)

ദുഃഖ-ജന്മ-കർമ്മാദികളുടെ കാര്യകാരണബന്ധം ഈ സമമിതിയിലൂട്ടി ഊട്ടിയുറപ്പിക്കുകയാണ്. ഭക്തി എന്ന മുഖ്യപ്രമേയം കൃഷ്ണപദാ

വർത്തനത്തിലൂടെ പ്രതിപാദം ഉന്മീലനം ചെയ്യുന്നു. കീർത്തനരചനയിൽ ഈവിധം ആവൃത്തിഘടനാവിശേഷം പൂന്താനം നല്ലപോലെ ഉപയോഗപ്പെടുത്തിയിട്ടുണ്ട്. *'അംബാസ്തവം' (ഘനസംഘം)* ഭക്തിസാന്ദ്രമായി അനുഭവപ്പെടുന്നതിന്ന് ഒരു മുഖ്യഹേതു മിക്കവാറും എല്ലാ വരിയുടെയും അവസാനത്തിൽ 'തൊഴുന്നേ/കൈതൊഴുന്നേൻ' എന്ന പദം ആവർത്തിക്കുന്നതാണ്:

'വിലസുമാക്കുനുചില്ലിയുഗളം കൈതൊഴുന്നേൻ
മുഗ്ധമായിക്കനിവോടെ മറഞ്ഞുവന്നനിശം
ഭക്തരിൽ പതിയ്ക്കുന്ന കടക്കണ്ണു തൊഴുന്നേൻ
തിലസുമരുചിവെന്ന തിരുനാസ തൊഴുന്നേൻ
ചെന്തൊണ്ടിപ്പഴം വെന്നോരധം കൈതൊഴുന്നേൻ
ചന്തമോടണിനാവുമിത ഞാൻ കൈതൊഴുന്നേൻ
ചന്ദ്രികാരുചിവെന്നോരധരം കൈതൊഴുന്നേൻ
കുന്ദകന്ദളം വെന്ന രദനങ്ങൾ തൊഴുന്നേൻ'

ഇതുപോലെ, *നൂറ്റെട്ടു ഹരി* എന്ന കവിതയിൽ 'കൃഷ്ണാ ഹരി' എന്ന പദങ്ങൾ ഈരടിതോറും ആവർത്തിക്കുന്നതു ഭക്തിപ്രകാശകമാകുന്നു:

'ഭൂമിതൻ ഭാരം കളവതിനായിട്ടു
ഭൂമിയിൽ വന്നു പിറന്ന കൃഷ്ണാ ഹരി
ശ്രീമഥുരേങ്കൽ വസുദേവപുത്രനായ്
ദേവകിതന്നിൽ പിറന്ന കൃഷ്ണാ ഹരി
ദേവകളായ ജനങ്ങൾക്കുവേണ്ടീട്ടു
ദേവകീനന്ദനനായ കൃഷ്ണാ ഹരി.'

*'സ്വരസ്തോത്ര'*ത്തിൽ ഓരോ ഈരടിയിലും ആദ്യപാദത്തിന്റെ അവസാനത്തിൽ കൃഷ്ണശബ്ദം ആവർത്തിക്കുന്നുണ്ട്. കീർത്തനത്തിന്നു സ്മരണീയത ഉളവാക്കാൻ സ്വരക്രമാനുസാരിത്വം, ആദിപ്രാസം എന്നീ രചനാതന്ത്രങ്ങളും ഇതിൽ ഉപയോഗിക്കുന്നു:

'അഞ്ജനശ്രീധരാ ചാരുമൂർത്തേ കൃഷ്ണ പ
അഞ്ജലി കൂപ്പി വണങ്ങിടുന്നേൻ
ആനന്ദലങ്കാരാ വാസുദേവാ കൃഷ്ണ
ആതങ്കമെല്ലാമകറ്റിടേണേ.'

ലളിതവും ഋജുവുമായ ആശയാവിഷ്കരണത്തിൽ, നേരത്തേ പറഞ്ഞതുപോലെ, പദങ്ങളുടെ അക്ഷതലബന്ധത്തിലാണ് പൂന്താനം ഏറെ ശ്രദ്ധിച്ചിട്ടുള്ളതെങ്കിലും, അത്തരം പ്രതിപാദനം വിരസമായിപ്പോകാതിരിക്കുന്നതിന് ആവശ്യമായ ശബ്ദരചനാതന്ത്രങ്ങൾ വളരെ സമർത്ഥമായി അദ്ദേഹം പ്രയോഗിച്ചിട്ടുണ്ടെന്ന് മുകളിൽക്കാണിച്ച ഉദാഹരണങ്ങൾ വ്യക്തമാക്കുന്നു. ജന്മാന്തരങ്ങളിലൂടെ പ്രയാസപ്പെട്ടു നേടിയ പുണ്യംകൊണ്ടാണ് നമുക്ക് മനുഷ്യജന്മം ലഭിച്ചിട്ടുള്ളതെന്ന വസ്തുത പദാവൃത്തിയിലൂടെ എത്ര ഭംഗിയായി വ്യഞ്ജിപ്പിക്കുന്നവെന്നു നോക്കുക:

'എത്ര ജന്മം പ്രയാസപ്പെട്ടിക്കാലം
അത്രവന്നു പിറന്നൂ സുകൃതത്താൽ
എത്ര ജന്മം ജലത്തിൽ കഴിഞ്ഞതും
എത്ര ജന്മം മലത്തിൽ കഴിഞ്ഞതും
എത്ര ജന്മങ്ങൾ മണ്ണിൽ കഴിഞ്ഞതും
എത്ര ജന്മം മരങ്ങളായ് നിന്നതും
എത്ര ജന്മം മരിച്ചു നടന്നതും
എത്ര ജന്മം പറന്നു നടന്നതും
എത്ര ജന്മം മൃഗങ്ങൾ പശുക്കളായ്
മർത്ത്യജന്മത്തിൻ മുമ്പേ കഴിച്ചു നാം.'

(ജ്ഞാനപ്പാന)

വാച്യാർത്ഥത്തെ മറികടന്നുകൊണ്ട്, മർത്ത്യജന്മത്തിന്റെ ദുർലഭ്യത ഈ പദാവൃത്തികൊണ്ട് സൂചിപ്പിക്കപ്പെടുന്നു. പുണ്യലബ്ധമായ ഈ ജന്മം നാമസങ്കീർത്തനത്തിൽ മുഴുകി സാർത്ഥകമാക്കണം എന്നു ഭാവം.

ക്രിയാപദങ്ങളിൽ തൊടുത്ത സമുച്ചയനിപാതത്തിന്റെ ആവർത്തനംകൊണ്ടുളവാകുന്ന സമമിതി പലയിടത്തും ഉദ്വേഗം, അസ്വാസ്ഥ്യം തുടങ്ങിയ വികാരങ്ങളെ പുരഃക്ഷേപിക്കുന്നതു കാണാം.

'വിപ്രന്മാർ പലർകൂടിയൊരുമിച്ചു
കൃഷ്ണാ കൃഷ്ണായിതെന്നു ജപിക്കയും
പാർക്കുംതോറും മനസ്സിങ്കലുദ്യോഗം
ഫൽഗുനന്നു കുറഞ്ഞുവരികയും
കരുത്തൊക്കെപ്പിഴച്ചുവരികയും
വിരുദ്ധമായപശ്രുതി കേൾക്കയും

എന്നേ കഷ്ടമിതെന്നൊരുഴൽച്ചയാൽ
പെണ്ണുങ്ങളൊക്കെ തങ്ങളിൽ നോക്കിയും
എന്തുവാനിതെന്നോർത്തു മഹീസുരൻ
അന്തസ്താപം മുഴുത്തു പറകയും...

(സന്താനഗോപാലം പാന)

ഈ വരികളിൽ അന്തർജ്ജനം ആസന്നപ്രസവയായപ്പോൾ ബ്രാഹ്മണ്യഗൃഹത്തിലുണ്ടായ ഉദ്വേഗം ക്രിയാപദങ്ങളുടെ സമുച്ചയപരമ്പരയിലൂടെ വ്യഞ്ജിപ്പിച്ചിരിക്കുന്നു. ഇതപോലെയാണ് അഗ്നികുണ്ഡത്തിൽ ചാടുവാനൊരുമ്പെട്ട അർജ്ജുനനെ തടുത്തുനിർത്തി അവിവേകമരുതെന്നു പറയുന്ന ശ്രീകൃഷ്ണന്റെ സംഭ്രമം വർണ്ണിച്ചിരിക്കുന്നതും:

'പലജാതിയിവണ്ണം പറയകയും
വളകൾ തിരുകയ്യിൽ കിലുങ്ങിയും
പീലിക്കാർകൂന്തൽ കെട്ടങ്ങഴികയും
നീലക്കണ്ണിനെ മാഴ്കിച്ചമകയും
പട്ടുപൂന്തുകിലൊട്ടൊട്ടിഴികയും
ഭക്തനെച്ചൊല്ലി മണ്ടിക്കിതയ്ക്കയും...'

(സന്താനഗോപാലം പാന)

ബാഹ്യമായ ഭാഗികമാനതയും ആന്തരമായ വൈരുദ്ധ്യവും ദ്വന്ദ്വഭാവത്തിൽ നില്ക്കുന്ന ഘടനകൊണ്ട് പൂന്താനം സൃഷ്ടിക്കുന്ന അർത്ഥച്ഛായകൾ ശ്രദ്ധേയമാണ്:

'അസുരന്മാർ സുരന്മാരായീടുന്നു
അമരന്മാർ മരങ്ങളായീടുന്നു
അജം ചത്തു ഗജമായ് പിറക്കുന്നു
ദ്വിജൻ ചത്തു ദ്വിജമായ് പിറക്കുന്നു
നരി ചത്തു നരനായ് പിറക്കുന്നു
നാരി ചത്തുടനോരിയായ് പിറക്കുന്നു
കൃപകൂടാതെ പീഡിപ്പിച്ചീടുന്ന
നൃപൻ ചത്തു കൃമിയായ് പിറക്കുന്നു
ഈച്ച ചത്തൊരു പൂച്ചയായീടുന്നു
ഈശ്വരന്റെ വിലാസങ്ങളിങ്ങനെ.

(ജ്ഞാനപ്പാന)

കർമ്മാനുരോധമായ ജന്മലാഭങ്ങളിൽ പൂർവ്വാപരങ്ങളുടെ ഈശ്വരേച്ഛാവിധേയമായ വ്യത്യയം സൂചിപ്പിക്കാൻ ഈ ദ്വന്ദ്വീകരണം സമർത്ഥമാകുന്നു. 'വെറുതേ ഒരേപോലുള്ള വാക്കുകൾ എടുത്തുപയോഗിച്ചു'വെന്ന എ.പി.പി. നമ്പൂതിരിയുടെ നിരീക്ഷണം സംഗതമല്ല. "പൂന്താനത്തിന്നു വലിയ കല്പനകളില്ല. അർത്ഥാലങ്കാരങ്ങളില്ല. രചനയിൽപ്പോലും പറയത്തക്ക നിഷ്കർഷയില്ല" എന്ന് മഹാകവി ഉള്ളൂർ അഭിപ്രായപ്പെട്ടിട്ടുള്ളതും മുഴുവൻ ശരിയല്ല. വലിയ കല്പനകളില്ലെന്നതു സമ്മതിക്കണം. എന്നാൽ, രചനയിൽ പല പുരഃക്ഷേപണതന്ത്രങ്ങളും പ്രയോഗിച്ച് നിഷ്കർഷയോടെ ശബ്ദശില്പത്തിന്നു വ്യഞ്ജകത്വം വരുത്തിയിട്ടുണ്ടെന്ന വസ്തുത തിരിച്ചറിയേണ്ടതുണ്ട്. അർത്ഥാലങ്കാരങ്ങൾ അധികമില്ലെങ്കിലും ഉചിതസ്ഥാനത്തു വിന്യസിക്കപ്പെട്ട സ്വഭാവോക്തികളും ഉപമോൽപ്രേക്ഷാദിവക്രോക്തികളും കാണാവുന്നതാണ്. ചില ഉദാഹരണങ്ങൾ ഉദ്ധരിക്കട്ടെ:

'കൊലവില്ലും ചുമലിലെടുത്തു നിർ-
മ്മലമായോരു മാറ്റുമുടുത്തുടൻ
കിഴിഞ്ഞീടിന വാർകുഴൽതന്നില-
ങ്ങൊഴുകീടുന്ന വാരികണങ്ങളും
ഹരിഷാശ്രു വഴിഞ്ഞുനിറഞ്ഞൊരു
വരിനീണ്ട വിലോചനഭംഗിയും
കൃഷ്ണനാമം ജപിക്കുന്ന നേരത്ത-
ങ്ങൊട്ടൊട്ടേ കാണും ദന്തദ്യുതികളും
അതുനേരത്തെ വേഷം നിരൂപിച്ചാ-
ലതിമോഹനമെന്നേ പറയാവൂ.'

(സന്താനഗോപാലം)

'കണ്ണിന്നു കൗതുകം തോന്നുമാറങ്ങനെ
കണ്ണന്റെ പൂമെയ്യിടയിടങ്ങനെ
തിത്തിത്തയെന്നുള്ള നൃത്തങ്ങളങ്ങനെ
തൃക്കാൽച്ചിലമ്പൊലിയൊച്ചപൂണ്ടങ്ങനെ
മഞ്ഞപ്പൂവാട ഞെറിവിച്ചങ്ങനെ
കിൽകിലയെന്നരഞ്ഞാണങ്ങളങ്ങനെ
മുത്തണിമാലകളാടുമാറങ്ങനെ
തൃക്കൈകൾ രണ്ടുമഭിനയിച്ചങ്ങനെ
ഓമൽത്തിരുമെയ്യുലയുമാറങ്ങനെ
കുഞ്ഞല മാടും കവിൾത്തടമങ്ങനെ

തൂമധുവോലുന്ന വായ്ത്താളമങ്ങനെ
തൂവിയർപ്പേറ്റൊരു നാസികയങ്ങനെ
മാണിക്യക്കണ്ണു മഴറ്റിക്കൊണ്ടങ്ങനെ
മുത്തുശിലകളുതിരുമാറങ്ങനെ
പീലിത്തിരുമുടി കെട്ടഴിഞ്ഞങ്ങനെ
പിച്ചകത്തൂമലർ തൂകുമാറങ്ങനെ...'

(ആനന്ദനൃത്തം)

ഉണ്ണിക്കാലും തളക്കോപ്പുകളുമരയിലെ-
 പ്പൊന്നരഞ്ഞാൺ കിഴിഞ്ഞി-
ട്ടുണ്ണിക്കൈക്കൊണ്ടൊരുണ്ണിപ്പലകയുടനെടു-
 ത്തൊട്ടു വീണും നടന്നും
ഉണ്ണിക്കൃഷ്ണൻ വരുമ്പോൾ തിരുവയർനിറയെ-
 പ്പാലുമുണ്ടാ പ്രസാദം
കണ്ണിൽക്കാണായ്‌വരേണം രഹസി മമ കിനാ-
 വെങ്കിലും പങ്കജാക്ഷാ!

വെണ്ണയ്ക്കിരന്നു വഴിയേ മണിയും കിലുക്കി-
ക്കുഞ്ഞിക്കരങ്ങളുമുയർത്തി നടന്നേരം
കണ്ണിൽത്തെളിഞ്ഞ പുതുവെണ്ണ ലഭിച്ചുനില്പോ-
രുണ്ണിക്കിടാവു ചിരിപൂണ്ടതു കണ്ടിതാവൂ!

ഉണ്ണിക്കാമുണ്ണണം പോരിക കളികളിനി-
 പ്പോരുമെന്നമ്മ ചെന്നി-
ട്ടുണ്ണിക്കാവോടു ചൊന്നാളൊരുപൊഴുതതിലും
 പ്രീതിയപ്പോൾക്കളിപ്പാൻ
എന്നോമൽക്കാശയാമ്പോൾ വരിക മകനെയെ-
 ന്നമ്മ പോകുന്നേരം
പിന്നാലേ ചെന്നടുത്തിട്ടയി ജനനി വിശ-
 ക്കുന്നുവെന്നാൻ മുകുന്ദൻ.'

(ശ്രീകൃഷ്ണകർണ്ണാമൃതം)

'അർജ്ജുനന്റെ വിശേഷത്തെ വൈകാതെ
അച്ഛനോടറിയിക്കേണമെന്നിട്ടു
സ്വർഗലോകത്തേക്കെന്ന കണക്കിനെ
നിർഗമിച്ചുയരുന്നു തീജ്വാലകൾ.'

ബ്രഹ്മജ്ഞാനമുദിക്കുന്ന നേരത്ത്
കർമ്മവാസന നീങ്ങും കണക്കിനെ
അംബരത്തോടൊരുമിച്ചു കത്തുമ്പോൾ
ധൂമമൊക്കെയും നീങ്ങീ ക്രമത്താലേ.'
'പൊന്മലമുകൾപ്പാട്ടിലമർന്നിടു-
മംബുദത്തെക്കണക്കെ തെളിവിനോ-
ടംബുജാക്ഷൻതാനർജ്ജുനനോടുമാ-
യമ്മഹാരഥമേറി നിരാകുലം.'

'വെള്ളിമാമല മീതെയും മീതെയും
മണ്ഡലാകൃതിപൂണ്ടു കിടക്കയോ
പള്ളികൊള്ളുന്ന പാൽക്കടൽതന്നിലെ
വെള്ളംതന്നെ പരന്നുകിടക്കയോ
നിർണ്ണയിച്ചുപറവാനരുതെന്റെ
പന്നഗേശ്വര നിന്നെ വണങ്ങുന്നേൻ.'

'ഇന്ദ്രനീലനിറത്തിലൊരായിരം
ചന്ദ്രമണ്ഡലമൊന്നിച്ചുദിക്കയോ?
കാരുണ്യാമൃതവന്മഴ പെയ്യുന്ന
കാളമേഘം നിറഞ്ഞിരിക്കയോ?
ബ്രഹ്മാനന്ദമെന്നുള്ള പരമാർത്ഥം
ശ്യാമവർണ്ണത്തിൽ പ്രത്യക്ഷമാകയോ?'

(സന്താനഗോപാലം)

'വിദ്യകൊണ്ടറിയേണ്ടതറിയാതെ
വിദ്വാനെന്നു നടിക്കുന്നിതു ചിലർ
കുങ്കുമത്തിന്റെ വാസമറിയാതെ
കുങ്കുമം ചുമക്കുംപോലെ ഗർദഭം.

അർത്ഥമോ പുരുഷാർഥമിരിക്കവേ
അർഥത്തിന്നു കൊതിക്കുന്നതെന്തു നാം?
മധ്യാഹ്നാർക്കപ്രകാശമിരിക്കവേ
ഖദ്യോതത്തെയോ മാനിച്ചുകൊള്ളേണ്ടൂ?'

(ജ്ഞാനപ്പാന)

ഇത്തരത്തിൽ അർഥാലങ്കാരങ്ങൾ കൊണ്ടുളവാകുന്ന വ്യംഗ്യസൗന്ദര്യം പൂന്താനത്തിന്റെ കാവ്യഭാഷയ്ക്ക് അന്യമല്ല എന്നാൽ, ആദ്യം സൂചിപ്പിച്ചതുപോലെ, പദങ്ങളുടെ ലംബതലബന്ധത്തിലൂന്നിയ ഈ വക്രതാപ്രകാരങ്ങൾക്കു നൽകിയതിലേറെ പ്രാധാന്യം അക്ഷതലബന്ധത്തിൽ ഊന്നിയ ആഖ്യാനത്തിന്നാണ് പൂന്താനം നൽകിയത്. ശബ്ദശില്പത്തിൽ പലതരം പുരഃക്ഷേപണതന്ത്രങ്ങളുപയോഗിച്ച് വിച്ഛിത്തി വരുത്തുവാനും അങ്ങനെ ലാളിത്യവും ഋജുതയും പാലിച്ചുകൊണ്ടു തന്നെ ആഖ്യാനത്തിന്ന് ആകർഷകത്വം കൈവരുത്തുവാനും അദ്ദേഹത്തിന്നു കഴിഞ്ഞു.

ഏതൊരെഴുത്തുകാരന്റെയും രചനയ്ക്ക് രണ്ടു ലക്ഷ്യങ്ങളുണ്ട്: ഒന്നാമത്തേത് ആത്മാവിഷ്കാരംതന്നെ. മനസ്സിൽ തീവ്രമായ, എന്നാൽ അമൂർത്തവും അവ്യവച്ഛിന്നവുമായി അനുഭവപ്പെടുന്ന വികാരവിചാരങ്ങളെ മൂർത്തവും വ്യക്തവുമായി സ്വയം സാക്ഷാൽക്കരിക്കുവാനുള്ള അഭിലാഷം. രണ്ടാമത്തേത് സമൂഹത്തോടു സംവദിക്കുവാനുള്ള ത്വരയാണ്. സമൂഹത്തിന്റെ സുസ്ഥിതിയിലും പുരോഗതിയിലും അതിലെ ഒരംഗമായ തനിക്കുമുണ്ട് ചില ഉത്തരവാദിത്വങ്ങളെന്ന ബോധം എഴുത്തുകാരന് ഊർജ്ജം പകരുന്നു. അന്തർമുഖവും ബഹിർമുഖവുമായ രണ്ടുതരം ചോദനകൾ ഇങ്ങനെ എഴുത്തിൽ സന്നിപതിക്കുന്നു. പൂന്താനം കവിതയിലൂടെ സ്വയം സാക്ഷാൽക്കരിക്കുവാനുദ്യമിച്ചത് ഹൃദയംനിറഞ്ഞ ഭക്തിയെയും അതിലൂടെ കൈവരുന്ന വിശുദ്ധിയെയുമാണ്. അദ്ദേഹം ചുറ്റും കണ്ട രോഗഗ്രസ്ഥമായ സമൂഹത്തിന്ന് മധുരമുള്ളൊരൗഷധമായി ഇവയെ പകർന്നുകൊടുത്തു. സാധാരണക്കാരെസ്സംബന്ധിച്ചിടത്തോളം വിവേകത്തിലേയ്ക്കുള്ള എളുപ്പവഴി ഭക്തിയുടേതാണ്, ദാർശനികമായ ശാസ്ത്രവിജ്ഞാനത്തിന്റേതല്ല. അതു കൊണ്ട്, ആർക്കും എപ്പോഴും അനായാസമായി സ്വീകരിക്കാവുന്ന ഭക്തിയുടെയും നാമസങ്കീർത്തനത്തിന്റെയും വിശുദ്ധിമാർഗ്ഗം അദ്ദേഹം സ്വയം വരിക്കുകയും മറ്റുള്ളവർക്ക് ഉപദേശിക്കുകയും ചെയ്തു:

'നാമോച്ചാരണമൊന്നുകൊണ്ടു ഗതിവ-
ന്നൂ പണ്ടു ദാസീപതേർ-
നാമോച്ചാരണമൊന്നുകൊണ്ടു മുനിയായ്
വാല്മീകി പണ്ടേ തുലോം
നാമോച്ചാരണമൊന്നുതന്നെ മതിയെ-
ന്നോതുന്നു വേദാന്തവും

നാമോച്ചാരണമെന്നതെങ്കലുരുളീ-
ടാനന്ദപാഥോനിധേ!'

(ശ്രീകൃഷ്ണകർണ്ണാമൃതം)

'ഇന്നു നാമസങ്കീർത്തനം കൊണ്ടുടൻ
വന്നുകൂടും പുരുഷാർഥമെന്നതും'
'ആമോദംപൂണ്ടു ചൊല്ലുവിൻ നാമങ്ങൾ
ആനന്ദംപൂണ്ടു ബ്രഹ്മത്തിൽ ചേരുവിൻ'

(ജ്ഞാനപ്പാന)

എന്നിങ്ങനെ നാമസങ്കീർത്തനമാഹാത്മ്യം പല സന്ദർഭങ്ങളിലും പൂന്താനം ഘോഷിച്ചിട്ടുണ്ട്. മേൽപ്പത്തൂരിന്റെ വിഭക്തിയേക്കാൾ പൂന്താനത്തിന്റെ ഭക്തിയാണ് തനിക്കിഷ്ടമെന്നു ഭഗവാൻ പറഞ്ഞുവെന്ന് ഐതിഹ്യമുണ്ടല്ലൊ. ഭഗവാൻ ഇവിടെ ഒരു പ്രതീകമാണ് - സാധാരണക്കാരുടെ മനസ്സിൽ കുടികൊള്ളുന്ന സത്വവിശുദ്ധിയുടെ പ്രതീകം. വലിയ പഠിപ്പും മോടിയുമില്ലാത്ത സാധാരണക്കാരെസ്സംബന്ധിച്ചിടത്തോളം, അധൃഷ്യമായ പാണ്ഡിത്യത്തോട് ആദരമുണ്ടെങ്കിലും അഭിഗമ്യമായ ഭക്തിയോട് ആത്മസമർപ്പണരൂപമായ പ്രേമമുണ്ടാവുക സ്വാഭാവികമാണ്. ആ ഭക്തിയെ കവിതയുടെ താളശില്പം മുതൽ പ്രബന്ധസംരചനവരെയുള്ള ഘടനകളിലൂടെ പുരഃക്ഷേപിച്ച് പൂന്താനം തന്റെ കാലത്തിന്റെയും സമൂഹത്തിന്റെയും ആവശ്യം നിറവേറ്റി.

ജ്ഞാനപ്പാന

ഗുരുനാഥൻ തുണചെയ്ക സന്തതം
തിരുനാമങ്ങൾ നാവിന്മേലെപ്പൊഴും
പിരിയാതെയിരിക്കേണം നമ്മുടെ
നരജന്മം സഫലമാക്കീടുവാൻ 4

കാവ്യം തുടങ്ങുന്നത് ഗുരുവന്ദനത്തോടെയാണ്. ഗുരുനാഥൻ എപ്പോഴും തന്നെ തുണയ്ക്കണമെന്ന് പ്രാർത്ഥിക്കുന്നു. ശ്രീ നീലകണ്ഠനെന്ന ഗുരുനാഥനെ സന്താനഗോപാലത്തിന്റെ തുടക്കത്തിലും വന്ദിക്കുന്നുണ്ട്.

'ഗുരുർ ബ്രഹ്മാ ഗുരുർ വിഷ്ണുഃ ഗുരുർ ദേവോ മഹേശ്വരഃ
ഗുരുരേവ ജഗത്സർവം തസ്മൈ ശ്രീ ഗുരവേ നമഃ'

ഗുരു ബ്രഹ്മാവാണ്, ഗുരു വിഷ്ണുവാണ്, ഗുരു പരമശിവനാണ്, ഗുരു തന്നെയാണ് ഈ ജഗത്ത് മുഴുവനും; അപ്രകാരമുള്ള ഗുരുവിന് നമസ്കാരം എന്നിങ്ങനെ ഗുരുവിനെ സൃഷ്ടിസ്ഥിതി ലയങ്ങൾക്കു കാരണഭൂതരായ ത്രിമൂർത്തികളായും പ്രപഞ്ചസാരമായും ആരാധിക്കുന്ന മഹത്തായ പാരമ്പര്യമാണ് കവി പിന്തുടരുന്നത്. ഗുരു ഈശ്വരനായിരിക്കുന്നതുപോലെ, ഈശ്വരൻതന്നെ പരമഗുരുവായുമിരിക്കുന്നു എന്നാണിവിടെ സൂചന. ഈശ്വരന്റെ തിരുനാമങ്ങൾ ഒരിക്കലും വേർപിരിയാതെ നാവിന്മേൽ ഇരുന്നാലേ മനുഷ്യജന്മം സഫലമായിത്തീരൂ. സംസാര ദുഃഖങ്ങളിൽ നിന്നുള്ള മുക്തിക്ക് തിരുനാമ സങ്കീർത്തനമാണ് ഒരേയൊരു പോംവഴി എന്ന ഭക്തിയോഗ രഹസ്യം കവി ഇനിയും പലയിടത്ത് ഓർമ്മിപ്പിക്കുന്നുണ്ട്. നാമജപത്തിന്റെ മാഹാത്മ്യം വെളിപ്പെടുത്തുകയാണ് തന്റെ കാവ്യരചനയുടെ പരമലക്ഷ്യം എന്ന് പറഞ്ഞുകൊണ്ടാണ് പൂന്താനം കാവ്യം അവസാനിപ്പിക്കുന്നതെന്നും കാണുക.

ഇന്നലെയോളമെന്തെന്നറിഞ്ഞീല
ഇന്നി നാളെയുമെന്തെന്നറിഞ്ഞീല

ഇന്നിക്കണ്ട തടിയ്ക്കു വിനാശവു-
മിന്നനേരമെന്നേതു മറിഞ്ഞീല
കണ്ടുകണ്ടങ്ങിരിക്കും ജനങ്ങളെ
കണ്ടില്ലെന്നു വരുത്തുന്നതും ഭവാൻ
രണ്ടു നാലു ദിനം കൊണ്ടൊരുത്തനെ
തണ്ടിലേറ്റി നടത്തുന്നതും ഭവാൻ
മാണികമുകളേറിയ മന്നന്റെ
തോളിൽ മാറാപ്പു കേറ്റുന്നതും ഭവാൻ, 14

തണ്ടിലേറ്റി നടത്തുക = പല്ലക്കിൽ കയറ്റി യാത്ര ചെയ്യിക്കുക. തോളിൽ മാറാപ്പു കേറ്റുക = തെണ്ടിത്തിരിയുന്നവനാക്കുക. എന്താണ് വന്നു കൂടുകയെന്ന് ഇന്നലെവരെയും നാം മുൻകൂട്ടി അറിഞ്ഞില്ല. ഇനി നാളെ എന്തുണ്ടാകുമെന്നും നമുക്ക് അറിഞ്ഞു കൂട. ഏതോ ഒരദൃശ്യശക്തിയാണ് എല്ലാം നിയന്ത്രിക്കുന്നത്. ഇന്നു കാണുന്ന ഈ ശരീരത്തിന് എപ്പോൾ നാശം സംഭവിക്കും എന്നും നാമറിയുന്നില്ല. ഭൗതികമായ ഐശ്വര്യങ്ങൾ ഒന്നും തന്നെ ശാശ്വതമല്ല. അപ്രതീക്ഷിതമായി മരണവും സാമ്പത്തിക നഷ്ടവും സംഭവിച്ചേക്കാം. അതാണ് ലോകസത്യം.

കണ്ടാലൊട്ടറിയുന്നു ചിലരിതു
കണ്ടാലും തിരിയാ ചിലർക്കേതുമേ
കണ്ടതൊന്നുമേ സത്യമല്ലെന്നതു
മുമ്പേ കണ്ടങ്ങറിയുന്നിതു ചിലർ 18

ഐശ്വര്യങ്ങൾ നശ്വരമാണെന്ന് ചിലർ മനസ്സിലാക്കുന്നു. മറ്റു ചിലർക്ക് അത് മനസ്സിലാകുന്നുമില്ല. ഈ കാണുന്നതൊന്നും സത്യമല്ലെന്ന് ജ്ഞാനികൾ മനസ്സിലാക്കുന്നു.

മനുജാതിയിൽത്തന്നെ പലവിധം
    മനസ്സിന്നു വിശേഷമുണ്ടോർക്കണം
പലർക്കുമറിയേണമെന്നിട്ടല്ലോ
    പലജാതി പറയുന്നു ശാസ്ത്രങ്ങൾ
കർമ്മത്തിലധികാരി ജനങ്ങൾക്കു
    കർമ്മശാസ്ത്രങ്ങളുണ്ടു പലവിധം.
ജ്ഞാനത്തിനധികാരി ജനങ്ങൾക്ക്
    ജ്ഞാനശാസ്ത്രങ്ങളും പലതുണ്ടല്ലോ
സാംഖ്യശാസ്ത്രങ്ങൾ, യോഗശാസ്ത്രങ്ങളും
    സംഖ്യയില്ലതു നിൽക്കട്ടെ സർവ്വവും
ചുഴന്നീടുന്ന സംസാരചക്രത്തി-
    ലുഴന്നീടും നമുക്കറിഞ്ഞീടുവാൻ
അറിവുള്ള മഹത്തുക്കളുണ്ടൊരു
    പരമാർത്ഥമരുൾ ചെയ്തിരിക്കുന്നു.
എളുതായിട്ടു മുക്തി വരുത്തുവാൻ
    ചെവിതന്നിതു കേൾപ്പിനെല്ലാവരും. 34

മനുഷ്യരിൽ തന്നെ പലവിധം മനസ്ഥിതിയുള്ളവരുണ്ട്. അതിനാൽ മനുഷ്യർക്ക് പലതരം ശാസ്ത്രങ്ങളും ഉണ്ടായിട്ടുണ്ട്. കർമ്മം ചെയ്യാൻ അധികാരമുള്ളവർക്കായി പല കർമ്മശാസ്ത്രങ്ങളും ജ്ഞാനികൾക്കായി പല ജ്ഞാന ശാസ്ത്രങ്ങളും ഉണ്ടായിട്ടുണ്ട്. ജ്ഞാന മാർഗ്ഗത്തെക്കുറിച്ച് പ്രതിപാദിക്കുന്ന ഉത്തരമീമാംസയും ഉപനിഷത്തുക്കളുമുണ്ട്. കപിലമഹർഷിയുടെ സാംഖ്യശാസ്ത്രം പതഞ്ജലിയുടെ യോഗശാസ്ത്രം എന്നിവയുമുണ്ട്. എന്നാൽ ഭക്തിയാണ് ഏറ്റവും ശ്രേഷ്ഠമായ മുക്തി മാർഗ്ഗം. വിവിധ കർമ്മങ്ങളാൽ ബദ്ധരായി സംസാരചക്രത്തിലുഴലുന്ന നമുക്ക്

അറിയുവാൻ വേണ്ടി ജ്ഞാനികളായ മഹാന്മാർ ഒരു പരമാർത്ഥം അരുളിച്ചെയ്തിട്ടുണ്ട്. ജ്ഞാനസമ്പാദനം, യാഗാദി കർമ്മാനുഷ്ഠാനം മുതലായ ആയാസമൊന്നും കൂടാതെ, വളരെ എളുപ്പത്തിൽ മുക്തി നേടുവാനുതകുന്ന ലളിതമായ ഒരു തത്ത്വമാണ് അവർ ഉപദേശിച്ചിട്ടുള്ളത്. ചെവി തന്ന് = ശ്രദ്ധയോടെ, എല്ലാവരും ഇത് കേൾക്കുവിൻ.

നമ്മെയൊക്കെയും ബന്ധിച്ച സാധനം
　　കർമ്മമെന്നറിയേണ്ടതു മുമ്പിനാൽ
മുന്നമിക്കണ്ട വിശ്വമശേഷവും
　　ഒന്നായുള്ളൊരു ജ്യോതിസ്വരൂപമായ്
ഒന്നും ചെന്നങ്ങുതന്നോടു പറ്റാതെ
　　ഒന്നിലും ചെന്നു താനും വലയാതെ
ഒന്നെന്നുള്ളിലുറയ്ക്കും ജനങ്ങൾക്ക്
　　ഒന്നുകൊണ്ടറിവാകുന്ന വസ്തുവായ്
ഒന്നിലുമുറയ്ക്കാത്ത ജനങ്ങൾക്ക്
　　ഒന്നുകൊണ്ടും തിരിയാത്ത വസ്തുവായ്,
ഒന്നുപോലെയൊന്നില്ല കണ്ടതിൽ
　　ഒന്നായുള്ളൊരു ജീവസ്വരൂപമായ്,
ഒന്നിലുമൊരു ബന്ധമില്ലാതെയായ്
　　നിന്നവർതന്നെ വിശ്വം ചമച്ചുപോൽ 48

നമ്മെയെല്ലാം ഈ ലോകജീവിതത്തിൽ കെട്ടിയിട്ടിരിക്കുന്നത് കർമ്മം എന്ന സാധനംകൊണ്ടാണ് എന്ന പരമാർത്ഥം ആദ്യമേ നാം അറിയേണ്ടതുണ്ട്. ഇക്കാണായ വിശ്വം മുഴുവനും ഒന്നായ് നിറഞ്ഞ ജ്യോതിസ്വരൂപമാണ് ഈശ്വരൻ. തന്നോട് ഒന്നും ചെന്നു പറ്റാതെയും (നിർലേപനായും), ഒന്നിലും താൻ ചെന്നു പെട്ട് (മായാമോഹത്തിൽ) വലയാതെയും പ്രകാശിക്കുന്ന തത്ത്വമാണത്. ആ പരമാത്മാവും ജീവാത്മാവായ താനും

ഒന്നു തന്നെയാണെന്ന് ഉള്ളിലുറച്ച ജനങ്ങൾക്ക് ഒന്നെന്ന ആ ബോധം കൊണ്ട് അറിയാനാകുന്ന വസ്തുവാണത്. ഒന്നിലും മനസ്സുറയ്ക്കാത്ത ചപലന്മാർക്കാകട്ടെ, ഒന്നുകൊണ്ടും അറിയാനാവാത്തതുമാണ്. ഒന്നു പോലെ മറ്റൊന്നില്ലാത്ത അനന്തവിചിത്രമായ പ്രപഞ്ച പദാർത്ഥങ്ങളിലെല്ലാം വ്യാപിച്ച് ഒരേയൊരു ജീവസ്വരൂപമാണ്, എന്നാൽ അവയിൽ ഒന്നിനോടും അതിന്നു ബന്ധമില്ലതാനും. അങ്ങനെയുള്ള ഈശ്വരൻതന്നെയത്രേ ഈ ലോകം സൃഷ്ടിച്ചത്.

മൂന്നുമൊന്നിലടങ്ങുന്നു പിന്നെയും
    ഒന്നുമില്ലപോൽ വിശ്വവുമന്നേരം
മൂന്നുകൊണ്ടു ചമച്ചൊരു വിശ്വത്തിൽ
    മൂന്നായിട്ടുള്ള കർമ്മങ്ങളൊക്കെയും
പുണ്യകർമ്മങ്ങൾ പാപകർമ്മങ്ങളും
    പുണ്യപാപങ്ങൾ മിശ്രമാം കർമ്മവും
മൂന്നുജാതി നിരൂപിച്ചു കാണുമ്പോൾ
    മൂന്നുകൊണ്ടും തളയ്ക്കുന്നു ജീവനെ.
പൊന്നിൻ ചങ്ങലയൊന്നിപ്പറഞ്ഞതിൽ
    ഒന്നിരുമ്പിനാൽ ഭേദമത്രേയുള്ളു.
രണ്ടിനാലുമെടുത്തു പണിചെയ്ത
    ചങ്ങലയല്ലോ മിശ്രമാം കർമ്മവും.
ബ്രഹ്മവാദിയായീച്ചയെറുമ്പോളം
    കർമ്മബദ്ധന്മാരെന്നതറിഞ്ഞാലും. 62

മൂന്നുമൊന്നിലടങ്ങുന്നു - ബ്രഹ്മാവ്, വിഷ്ണു, ശിവൻ എന്ന മൂന്ന് ഈശ്വരചൈതന്യങ്ങളും പരബ്രഹ്മമെന്ന ഒന്നിൽ ഉള്ളടങ്ങുന്നു. (പരമചൈതന്യത്തിന്റെ സൃഷ്ടി-സ്ഥിതി-സംഹാരസ്വരൂപങ്ങളത്രേ ബ്രഹ്മാവിഷ്ണുമഹേശ്വരന്മാർ) അപ്രകാരം (ഏകവും അദ്വിതീയവുമായ)

ബ്രഹ്മത്തെ സാക്ഷാത്ക്കരിച്ചുകഴിഞ്ഞാൽ പിന്നെ വിശ്വമെന്ന ഒന്ന് പ്രതീതിയിൽ ഇല്ലെന്നത്രേ സിദ്ധന്മാരുടെ അനുഭവം.

മൂന്നുകൊണ്ടു ചമച്ച വിശ്വം = സത്വം, രജസ്സ്, തമസ്സ് എന്ന മൂന്നു ഗുണങ്ങൾ കൊണ്ടാണ് ഈ കാണുന്ന വിശ്വം ചമച്ചിട്ടുള്ളത്. സത്വരജസ്തമോഗുണങ്ങളുടെ സാമ്യാവസ്ഥയാണ് മൂലപ്രകൃതിയെന്നും അതിലുണ്ടായ വികാരമാണ് പ്രതീതിഗോചരമായ ഈ വിശ്വത്തിന്റെ സൃഷ്ടിക്കു കാരണമെന്നും സാംഖ്യതത്ത്വജ്ഞന്മാർ സിദ്ധാന്തിച്ചിട്ടുണ്ട്. അപ്രകാരമുള്ള ഈ വിശ്വത്തിൽ കർമ്മങ്ങൾ മൂന്നു വിധമാണ് - പുണ്യകർമ്മങ്ങൾ, പാപകർമ്മങ്ങൾ, ഇവ രണ്ടും കൂടിക്കലർന്ന മിശ്രകർമ്മങ്ങൾ. ഇവയിൽ പുണ്യകർമ്മങ്ങൾ ചെയ്യേണ്ടതാണെന്നും മറ്റു കർമ്മങ്ങൾ ചെയ്യരുതെന്നുമാണ് നമുക്കു തോന്നുക. എന്നാൽ, ഈ മുന്നുതരം കർമ്മങ്ങളെക്കുറിച്ച് സൂക്ഷ്മമായി ആലോചിക്കുമ്പോൾ തെളിഞ്ഞുവരുന്ന പൊരുൾ ഇതാണ്. ഈ മുന്നുകൊണ്ടും ജീവാത്മാവിനെ തളച്ചിടുകയാണ് നാം ചെയ്യുന്നത്. എല്ലാ കർമ്മങ്ങളും നമ്മെ കെട്ടിയിടുന്ന ചങ്ങലകളാണ്. ഇവയിലൊന്ന് - പുണ്യ കർമ്മം - പൊൻ ചങ്ങലയാണെങ്കിൽ, മറ്റേത് - പാപകർമ്മം - ഇരുമ്പു ചങ്ങലയാണെന്നേ വ്യത്യാസമുള്ളൂ. ഈ രണ്ടു മാതിരി ലോഹങ്ങളുമെടുത്തു പണിത ചങ്ങലയാണ് മിശ്രകർമ്മം. ബ്രഹ്മവാദിയായ മഹാതപസ്വി മുതൽ ക്ഷുദ്ര ജീവികളായ ഈച്ചയും ഉറുമ്പും വരെയുള്ള എല്ലാ ജീവജാലങ്ങളും പലതരം കർമ്മങ്ങളാൽ ബന്ധിക്കപ്പെട്ടവരാണെന്ന് അറിയുക.

ഭൂവനങ്ങളെ സൃഷ്ടിക്കയെന്നതു
 ഭുവനാന്ത്യപ്രളയം കഴിവോളം
കർമ്മപാശത്തെ ലംഘിക്കയെന്നതു
 ഭുവനാന്ത്യപ്രളയം കഴിവോളം
കർമ്മപാശത്തെ ലംഘിക്കയെന്നതു
 ബ്രഹ്മാവിന്നുമെളുതല്ല നിർണ്ണയം.
ദിക്പാലന്മാരുമവ്വണ്ണമോരോരോ
 ദിക്കുതോറും തളച്ചുകിടക്കുന്നു.

അല്പകർമ്മികളാകിയ നാമെല്ലാ-
മല്പകാലം കൊണ്ടോരോരോ ജന്തുക്കൾ
ഗർഭപാത്രത്തിൽ പുക്കും പുറപ്പെട്ടും
കർമ്മംകൊണ്ടു കളിക്കുന്നതിങ്ങനെ 72

സർവ്വലോകങ്ങളും ഒടുങ്ങുന്ന പ്രളയം ഉണ്ടാകുന്നതുവരെ ബ്രഹ്മാവ് സൃഷ്ടിയിൽ ഏർപ്പെട്ടുകൊണ്ടേയിരിക്കും. കർമ്മമാകുന്ന പാശം (കയറ്) അറുത്തുകളയാൻ ബ്രഹ്മാവിനുപോലും എളുപ്പമല്ല. ഇന്ദ്രൻ, അഗ്നി, യമൻ, വരുണൻ, നിരൃതി, മരുത്ത്, കുബേരൻ, ഈശൻ എന്നീ ദിക്പാലന്മാരും അവരവരുടെ കർമ്മത്താൽ ബന്ധിതരായി ഓരോരോ ദിക്കുകളിൽ സ്ഥിതി ചെയ്യുന്നു. കാലംകൊണ്ട് ഓരോരോ ജന്തുക്കളുടെ ഗർഭപാത്രത്തിൽ കടന്നിരുന്നും പുറത്തുവന്നും മാറിമാറി കർമ്മങ്ങൾ കൊണ്ടു കളിയ്ക്കുകയാണ്. ഈ ജന്മം ചെയ്ത കർമ്മത്തിനനുസരിച്ച് അടുത്ത ജന്മം, അപ്പോഴത്തെ കർമ്മത്തിനനുസരിച്ച് അടുത്ത ജന്മം, അപ്പോഴത്തെ കർമ്മമനുസരിച്ച് പിന്നത്തെ ജന്മം. അങ്ങനെ നിലയ്ക്കാത്ത കർമ്മങ്ങളാൽ സംസാരചക്രത്തിൽ ഉഴലുകയാണ്.

നരകത്തിൽ കിടക്കുന്ന ജീവൻപോയ്
ദുരിതങ്ങളൊടുങ്ങി മനസ്സിന്റെ
പരിപാകവും വന്നു ക്രമത്താലെ
നരജാതിയിൽ വന്നു പിറന്നിട്ടു
സുകൃതം ചെയ്തു മേല്പോട്ടു പോയവർ
സുഖിച്ചീടുന്നു സത്യലോകത്തോളം.
സൽക്കർമ്മം കൊണ്ടു മേല്പോട്ടു പോയവർ
സ്വർഗ്ഗത്തിങ്കലിരുന്നു രമിച്ചുടൻ
സുഖിച്ചങ്ങനെ പോയിടും കാലവും
സുകൃതങ്ങളുമൊക്കെയൊടുങ്ങിടും

പരിപാകമൊരെള്ളോളമില്ലവർ
പതിച്ചീടുന്നു നമ്മുടെ ഭൂമിയിൽ
ദുരിതം ചെയ്തു ചെയ്തവർ പിന്നെപ്പോയ്
നരകങ്ങളിൽ വെവ്വേറെ വീഴുന്നു
സുരലോകത്തിൽനിന്നൊരു ജീവൻപോയ്
നരലോകേ മഹീസുരനാകുന്നു.
ചണ്ഡകർമ്മങ്ങൾ ചെയ്തവൻ ചാകുമ്പോൾ
ചണ്ഡാലകുലത്തിങ്കൽ പിറക്കുന്നു.
അസുരന്മാർ സുരന്മാരായീടുന്നു
അമരന്മാർ മരങ്ങളായീടുന്നു.
അജം ചത്തു ഗജമായ് പിറക്കുന്നു
ദ്വിജൻ ചത്തു ദ്വിജമായി പിറക്കുന്നു.
നരി ചത്തു നരനായ് പിറക്കുന്നു
നാരി ചത്തുടനോരിയായ് പോകുന്നു.
കൃപകൂടാതെ പീഡിപ്പിച്ചീടുന്ന
നൃപൻ ചത്തു കൃമിയായ് പിറക്കുന്നു.
ഈച്ച ചത്തൊരു പൂച്ചയായീടുന്നു
ഈശ്വരന്റെ വിലാസങ്ങളിങ്ങനെ

കർമ്മഫലമായി മനുഷ്യർ പല പല ജന്മങ്ങൾ കൈക്കൊള്ളേണ്ടിവരുന്നത് വർണ്ണിക്കുന്നു. നരകത്തിൽ കിടക്കുന്ന ജീവൻ പാപഫലമെല്ലാം അനുഭവിച്ചതിനു ശേഷം മനുഷ്യജാതിയിൽ വന്നു പിറക്കുന്നു. പുണ്യം ചെയ്ത് മരിച്ചുപോയവർ സ്വർഗ്ഗത്തിൽ ചെന്ന് സുഖിച്ചു വാഴുന്നു. ഒട്ടും പക്വതയില്ലാത്തവർ ദുഷ്കർമ്മഫലമായി ഈ ഭൂമിയിൽ തന്നെ വന്നു

പതിക്കുന്നു. പിന്നീട് അവർ കൂടുതൽ പാപങ്ങൾ ചെയ്ത് നരകത്തിൽ പോയി വീഴുന്നു. ദേവലോകത്തിൽ നിന്ന് ഒരു ജീവൻ മനുഷ്യലോക ത്തിൽ ബ്രാഹ്മണനായിപ്പിറക്കുന്നു. ദുഷ്ക്കർമ്മങ്ങൾ ചെയ്ത് അവൻ ചാകുമ്പോൾ ചണ്ഡാലകുലത്തിൽ വന്നു പിറക്കുന്നു. അസുരന്മാർ സൽക്കർമ്മങ്ങൾ ചെയ്താൽ സുരന്മാരായിത്തീരുന്നു. സുരന്മാർ ദുഷ്ക്കർമ്മങ്ങളുടെ ഫലമായി മരങ്ങളായിത്തീരുന്നു. ആട് ചത്ത് ആന യായും ദ്വിജൻ (ബ്രാഹ്മണൻ) ചത്ത് ദ്വിജം (പക്ഷി) ആയും പിറക്കുന്നു. നരി ചത്ത് നരനായും നാരി ചത്ത് ഓരിയായും ദുഷ്ടനായ നൃപൻ ചത്ത് കൃമിയായും ഈച്ച ചത്ത് പൂച്ചയായും വന്നു പിറക്കുന്നു. ഈശ്വരന്റെ മായാവിലാസങ്ങളാണിതെല്ലാം.

കീഴ്മേലിങ്ങനെ മണ്ടുന്ന ജീവന്മാർ

ഭൂമിയീന്നത്രേ നേടുന്നു കർമ്മങ്ങൾ.

സീമയില്ലാതോളം പല കർമ്മങ്ങൾ

ഭൂമിയീന്നത്രേ നേടുന്നു ജീവന്മാർ.

അങ്ങനെ ചെയ്തു നേടി മരിച്ചുടൻ

അന്യലോകങ്ങളോരോന്നിലോരോന്നിൽ

ചെന്നിരുന്നു ഭുജിക്കുന്നു ജീവന്മാർ

തങ്ങൾ ചെയ്തോരു കർമ്മങ്ങൾ തൻഫലം

ഒടുങ്ങീടുമതൊട്ടുനാൾ ചെല്ലുമ്പോൾ,

ഉടനെ വന്നു നേടുന്നു പിന്നെയും

തന്റെ തന്നെ ഗൃഹത്തിങ്കൾ നിന്നുടൻ

കൊണ്ടുപോന്ന ധനംകൊണ്ടു നാമെല്ലാം

മറ്റെങ്ങാനുമൊരേടത്തിരുന്നിട്ടു

വിറ്റൂണെന്നു പറയും കണക്കിനെ.

കർമ്മങ്ങൾക്കു വിളനിലമാകിന

ജന്മദേശമാബ്ഭൂമിയറിഞ്ഞാലും.

കർമ്മനാശം വരുത്തേണമെങ്കിലും
ചെമ്മേ മറ്റെങ്ങും സാധിയാ നിർണ്ണയം.
ഭക്തന്മാർക്കും മുമുക്ഷുജനങ്ങൾക്കും
സക്തരായ വിഷയീജനങ്ങൾക്കും
ഇച്ഛിച്ചീടുന്നതൊക്കെ കൊടുത്തീടും
വിശ്വമാതാവു ഭൂമിയറിഞ്ഞാലും
വിശ്വനാഥന്റെ മൂലപ്രകൃതിതാൻ
പ്രത്യക്ഷേണ വിളങ്ങുന്നു ഭൂമിയായ്.
അവനീതലപാലനത്തിന്നല്ലോ
അവതാരങ്ങളും പലതോർക്കുമ്പോൾ
അതുകൊണ്ടു വിശേഷിച്ചു ഭൂലോകം
പതിന്നാലിലുമുത്തമമൊന്നല്ലോ.
വേദവാദികളായ മുനികളും
വേദവും ബഹുമാനിച്ചു ചൊല്ലുന്നു 130

ഭൂലോക ജീവിതത്തിൽ ചെയ്യുന്ന കർമ്മങ്ങളുടെ ഫലമായി ഓരോരോ ജീവനും മരണാനന്തരം അന്യലോകങ്ങളിൽ ചെന്ന് തങ്ങൾ ചെയ്ത കർമ്മങ്ങളുടെ ഫലം അനുഭവിക്കുന്നു. സ്വഗൃഹത്തിൽ നിന്ന് കൊണ്ടുപോയ ധനം കൊണ്ട് മറ്റെവിടെയെങ്കിലും പോയി സുഖമായി കഴിയുന്നതു പോലെയാണത്. കൈയിലുള്ള ധനം തീരുമ്പോൾ സ്വഭവനത്തിലേക്ക് തിരിച്ചുവരുന്നതുപോലെ പുണ്യം ഒടുങ്ങുമ്പോൾ ഭൂമിയിലേയ്ക്കു തന്നെ തിരിച്ചുവരുന്നു. കർമ്മങ്ങൾക്ക് വിളനിലമാകുന്നത് ഈ ഭൂമിയത്രെ. കർമ്മത്തിന് നാശം വരുത്തണമെങ്കിൽ അതും മറ്റെങ്ങും സാധ്യമാവില്ല. ഭക്തന്മാർക്കും മോക്ഷം ആഗ്രഹിക്കുന്നവർക്കും വിഷയങ്ങളിൽ (ലൗകികസുഖങ്ങളിൽ) ആസക്തിയുള്ളവർക്കും വേണ്ടതെല്ലാം നല്കുന്നത് ഈ ഭൂമിയാകുന്ന വിശ്വമാതാവാണ്. ഈശ്വരന്റെ മൂലപ്രകൃതിയാണ് പ്രത്യക്ഷത്തിൽ (കൺമുന്നിൽ) ഈ ഭൂമിയായി വിളങ്ങുന്നത്. അവനിതലത്തെ

(ഭൂമിതലത്തെ) പാലിക്കുവാൻ വേണ്ടിയാണ് ഈശ്വരന്റെ പല അവതാരങ്ങൾ ഉണ്ടായിട്ടുള്ളത്. അതിനാൽ പതിനാലു ലോകത്തിലും വച്ച് ഉത്തമമായത് ഈ ഭൂമിയാണെന്ന് ഋഷിമാരും വേദങ്ങളും ആദരപൂർവ്വം പറയുന്നു.

ലവണാംബുധിമദ്ധ്യേ വിളങ്ങുന്ന
ജംബുദ്വീപൊരു യോജന ലക്ഷവും
സപ്തദ്വീപുകളുള്ളതിലെത്രയും
ഉത്തമമിസ്ഥലമെന്നു വാഴ്ത്തുന്നു.
ഭൂപത്മത്തിന്ന് കർണ്ണികയായിട്ടു
ഭൂധരേന്ദ്രനിതിലല്ലോ നില്ക്കുന്നു.
ഇതിലൊമ്പതു ഖണ്ഡങ്ങളുണ്ടല്ലോ
അതിലുത്തമം ഭാരതഭൂതലം
സമ്മതരായ മാമുനിശ്രേഷ്ഠന്മാർ
കർമ്മക്ഷേത്രമെന്നല്ലോ പറയുന്നു.
കർമ്മബീജമിതീന്നു മുളയ്ക്കേണ്ടൂ
ബ്രഹ്മലോകത്തിരിക്കുന്നവർകൾക്കും.
കർമ്മബീജം വരട്ടിക്കളഞ്ഞുടൻ
ജന്മനാശം വരുത്തേണമെങ്കിലും
ഭാരതമായ ഖണ്ഡമൊഴിഞ്ഞുള്ള
പാരിലെങ്ങുമെളുതല്ല നിർണ്ണയം
അത്ര മുഖ്യമായുള്ളൊരു ഭാരത-
മിപ്രദേശമെന്നെല്ലാരുമോർക്കണം. 148

വിഷ്ണുപുരാണത്തിലും (2-ാം അംശം, 2-ാം അദ്ധ്യായം) ഭാഗവതം അഞ്ചാം സ്കന്ധത്തിലും പറയുന്നത് ലവണാംബുധി മദ്ധ്യത്തിലാണ്

ജംബുദ്വീപമെന്നാണ്. ജംബു, പ്ലക്ഷം, ശാല്മലം, കുശം, ക്രൗഞ്ചം, ശാകം, പുഷ്ക്കരം എന്നീ ഏഴു ദ്വീപുകളിൽ വച്ച് ഉത്തമമായത് ജംബു ദ്വീപത്രേ. ഭൂമിയാകുന്ന പത്മത്തിന് (താമരപ്പൂവിന്) കർണ്ണിക (ബീജ കോശം)യായി മഹാമേരു എന്ന ഭൂധരേന്ദ്രൻ (ശ്രേഷ്ഠമായ പർവ്വതം) ഈ ജംബുദ്വീപിലാണ് നിൽക്കുന്നത്. ജംബുദ്വീപത്തിൽ 9 ഖണ്ഡങ്ങളു ള്ളതിൽ പ്രധാനപ്പെട്ടത് ഭാരതമാണ്. മഹർഷിമാർ ഭാരതത്തെ കർമ്മ ക്ഷേത്രമെന്നാണ് പറയുന്നത്. ബ്രഹ്മലോകത്തു വസിക്കുന്നവർക്കു പോലും കർമ്മത്തിന്റെ വിത്തു മുളയ്ക്കേണ്ടത് ഇവിടെ നിന്നാണ്. കർമ്മ ബീജം ഉണക്കിക്കളഞ്ഞ് ജന്മനാശം വരുത്തേണമെങ്കിൽ അതും ഭാരത ത്തിലേ സാധ്യമാകൂ.

യുഗം നാലിലും നല്ലൂ കലിയുഗം
    സുഖമേ തന്നെ മുക്തി വരുത്തുവാൻ
കൃഷ്ണ, കൃഷ്ണ, മുകുന്ദ ജനാർദ്ദന
    കൃഷ്ണ ഗോവിന്ദ, രാമയെന്നിങ്ങനെ
തിരുനാമസങ്കീർത്തനമെന്നിയേ-
    യൊരു യത്നവും വേറില്ലറിഞ്ഞാലും
അതു ചിന്തിച്ചും മറ്റുള്ള ലോകങ്ങൾ
    പതിമൂന്നിലുമുള്ള ജനങ്ങളും
മറ്റു ദ്വീപുകളാറിലുമുള്ളോരും
    മറ്റു ഖണ്ഡങ്ങളെട്ടിലുമുള്ളോരും
മറ്റു മൂന്നു യുഗങ്ങളിലുള്ളോരും
    മുക്തി തങ്ങൾക്കു സാധ്യമല്ലായ്കയാൽ
കലികാലത്തെ ഭാരതഖണ്ഡത്തെ
    കലിതാദരം കൈവണങ്ങീടുന്നു.
"അതിൽ വന്നൊരു പുല്ലായിട്ടെങ്കിലും
    ഇതുകാലം ജനിച്ചുകൊണ്ടീടുവാൻ

യോഗ്യത വരുത്തീടുവാൻ തനിക്കൊരു
    ഭാഗ്യം പോരാതെ പോയല്ലോ ദൈവമേ!
ഭാരതഖണ്ഡത്തിങ്കൽപ്പിറന്നൊരു
    മാനുഷർക്കും കലിക്കും നമസ്കാരം."
എന്നെല്ലാം പുകഴ്ത്തീടുന്നു മറ്റുള്ളോർ
    എന്നെതെന്തിനു നാം പറഞ്ഞീടുന്നു.

കൃതയുഗം, ത്രേതായുഗം, ദ്വാപരയുഗം, കലിയുഗം എന്നീ നാലു യുഗങ്ങളിലും വച്ച് ഏറ്റവും ശ്രേഷ്ഠം കലിയുഗമാണ്. കലിയുഗത്തിൽ ജനിച്ചവർക്ക് മോക്ഷപ്രാപ്തിക്കായി ഈശ്വരനാമ സങ്കീർത്തനമാണ് ഉത്തമമായ മാർഗ്ഗം. മറ്റു പതിമൂന്നു ലോകങ്ങളിലുമുള്ള ജനങ്ങളും ആറു ദ്വീപുകളിലുള്ളവരും, എട്ടു ഖണ്ഡങ്ങളിലുള്ളവരും മറ്റു മൂന്നു യുഗങ്ങളിലുള്ളവരും മുക്തി പ്രാപ്തിക്കായി കലികാലത്തെ ഭാരതഖണ്ഡത്തെ ആദരപൂർവ്വം കൈവണങ്ങുന്നു. മാത്രമല്ല ഈ ഭാരതഖണ്ഡത്തിൽ ഒരു പുല്ലായിട്ടെങ്കിലും വന്നു പിറക്കാൻ ഭാഗ്യമില്ലാതെ പോയതിൽ ഖേദിക്കുകയും ചെയ്യുന്നു. മറ്റെവിടെയും മറ്റൊരു യുഗത്തിലും കഴിയാത്ത വിധത്തിൽ ഭാരതത്തിൽ, കലിയുഗത്തിൽ എത്രയും എളുപ്പമായ നാമ സങ്കീർത്തനം കൊണ്ട് മുക്തി നേടാൻ സാധിക്കും.

കാലമിന്നു കലിയുഗമല്ലയോ?
    ഭാരതമിപ്രദേശവുമല്ലയോ?
നമ്മളെല്ലാം നരന്മാരുമല്ലയോ
    ചെമ്മെ നന്നായ് നിരൂപിപ്പിനെല്ലാരും
ഹരിനാമങ്ങളില്ലാതെപോകയോ?
    നരകങ്ങളിൽ പേടികുറകയോ?
നാവുകൂടാതെ ജന്മമതാകയോ
    നമുക്കിന്നി വിനാശമില്ലായ്കയോ

കഷ്ടം കഷ്ടം, നിരൂപണംകൂടാതെ
ചുട്ടുതിന്നുന്നു ജന്മം പഴുതെ നാം
എത്ര ജന്മം പ്രയാസപ്പെട്ടിക്കാലം
അത്ര വന്നു പിറന്നൂ സുകൃതത്താൽ!
എത്ര ജന്മം ജലത്തിൽ കഴിഞ്ഞതും
എത്ര ജന്മം മലത്തിൽ കഴിഞ്ഞതും
എത്ര ജന്മങ്ങൾ മണ്ണിൽ കഴിഞ്ഞതും
എത്ര ജന്മം മരങ്ങളായ് നിന്നതും
എത്ര ജന്മമരിച്ചു നടന്നതും
എത്ര ജന്മം പറന്നു നടന്നതും
എത്ര ജന്മം മൃഗങ്ങൾ പശുക്കളായ്
മർത്ത്യ ജന്മത്തിൽ മുമ്പേ കഴിച്ചു നാം...

ഈ കാലം കലിയുഗമല്ലേ, ഈ പ്രദേശം ഭാരതമല്ലേ, നാമെല്ലാം മനുഷ്യരല്ലേ എന്ന് എല്ലാവരും നന്നായി ആലോചിക്കുവിൻ. കലിയുഗത്തിൽ ഭാരതത്തിൽ പിറന്ന മനുഷ്യരായ നാം നാമസങ്കീർത്തനം ചെയ്യേണ്ടതാണല്ലോ. എന്നിട്ടും ഈശ്വരനാമ സങ്കീർത്തനമില്ലാതെ പോകയാണോ? നരകത്തെക്കുറിച്ചുള്ള പേടി ആളുകൾക്ക് കുറഞ്ഞു പോവുകയാണോ? നാമം ചൊല്ലുന്നതിനു വേണ്ടുന്ന നാവില്ലാതെയാണോ ജന്മം സിദ്ധിച്ചിട്ടുള്ളത്? അതോ, ഇനി നമുക്കൊന്നും ഒരിക്കലും നാശം ഉണ്ടാവില്ലെന്നാണോ? (അങ്ങനെ വിചാരിച്ച് നാമജപത്തിൽ താത്പര്യം കാണിക്കായ്കയാണോ?) കഷ്ടം, ഒട്ടും ആലോചനയില്ലാതെ നാം പൂർവ്വ ജന്മ പുണ്യം കൊണ്ട് ലഭിച്ച ഈ മനുഷശ്യജന്മം ചുട്ടു തിന്നുകയാണല്ലോ! എത്ര ജന്മങ്ങളിൽ പ്രയാസം അനുഭവിച്ചതിനു ശേഷമാണ് സുകൃതഫലമായി ഇപ്പോൾ ഇവിടെ വന്നു പിറന്നിട്ടുള്ളത്. ഈ മനുഷ്യജന്മം കിട്ടുന്നതിനു മുമ്പേ നാം എത്ര ജന്മം വെള്ളത്തിൽ (ജലജന്തുക്കളായി) കഴിഞ്ഞു, എത്ര ജന്മം മലത്തിൽ (പുഴുവും മറ്റുമായി) കഴിഞ്ഞു, എത്ര ജന്മം മണ്ണിൽ (വിരയും മറ്റുമായി) കഴിഞ്ഞു, എത്ര ജന്മം മരങ്ങളായി

നിന്നു, എത്ര ജന്മം പ്രാണികളായും മറ്റും അരിച്ചു നടന്നു, എത്ര ജന്മം പറന്നു നടന്നു (പറവകളായി), എത്ര ജന്മം മൃഗങ്ങളായി കഴിച്ചുകൂട്ടി!

എത്രയും പണിപ്പെട്ടിങ്ങു മാതാവിൻ
    ഗർഭപാത്രത്തിൽ വീണതറിഞ്ഞാലും
പത്തുമാസം വയറ്റിൽക്കഴിഞ്ഞുപോയ്
    പത്തുപന്തീരാണ്ടുണ്ണിയായിട്ടും പോയ്
തന്നെത്താനഭിമാനിച്ചു പിന്നേടം
    തന്നെത്താനറിയാതെ കഴിയുന്നു,
എത്ര കാലമിരിക്കുമിനിയെന്നും
    സിദ്ധമേ നമുക്കേതുമൊന്നില്ലല്ലോ.
നീർപ്പോളപോലെയുള്ളൊരു ദേഹത്തിൽ
    വീർപ്പുമാത്രമുണ്ടിങ്ങനെ കാണുന്നു.
ഓർത്തിരിക്കാതെ പെട്ടെന്നൊരുനേരം
    നേർത്തുപോകുമതെന്നേ പറയാവൂ!
അത്രമാത്രമിരിക്കുന്ന നേരത്തു
    കീർത്തിച്ചീടന്നതില്ല തിരുനാമം. 204

അങ്ങനെ എത്രയോ പണിപ്പെട്ടാണ് മനുഷ്യജന്മം ലഭിച്ചത്. നാം അമ്മയുടെ ഗർഭപാത്രത്തിൽ വന്നു വീണത്. അമ്മയുടെ വയറ്റിൽ പത്തു മാസം കഴിഞ്ഞു പത്തു പന്ത്രണ്ടു കൊല്ലം ബുദ്ധിയുറയ്ക്കാത്ത ഉണ്ണിയായിട്ടും പോയി. പിന്നെ വളർന്നതിനു ശേഷം ഞാനെന്ന ഭാവത്തോടെ വിവേകമില്ലാതെ കഴിച്ചുകൂട്ടുന്നു. എത്രനാൾ ജീവിക്കുമെന്നുറപ്പില്ല. നീർക്കുമിള പോലെ ക്ഷണികവും നിസ്സാരവുമായ ശരീരത്തിൽ കാണുന്ന വീർപ്പ് (ശ്വാസോച്ഛ്വാസം) പെട്ടെന്നൊരു ദിവസം നേർത്ത് നേർത്ത് ഇല്ലാതാകും. ജീവിച്ചിരിക്കുന്ന ഈ അല്പകാലമെങ്കിലും ഈശ്വരനാമം കീർത്തിക്കുന്നില്ല താനും.

സ്ഥാനമാനങ്ങൾ ചൊല്ലിക്കലഹിച്ചു
നാണംകെട്ടു നടക്കുന്നിതു ചിലർ
മദമത്സരം ചിന്തിച്ചു ചിന്തിച്ചു
മതികെട്ടു നടക്കുന്നിതു ചിലർ
ചഞ്ചലാക്ഷിമാർ വീടുകളിൽ പുക്കു
കുഞ്ചരാമനായാടുന്നിതു ചിലർ.
കോലകങ്ങളിൽ സേവകരായിട്ടു
കോലം കെട്ടി ഞെളിയുന്നിതു ചിലർ.
ശാന്തിചെയ്തു പുലർത്തുവാനായിട്ടു
സന്ധ്യയോളം നടക്കുന്നിതു ചിലർ
കൊഞ്ചിക്കൊണ്ടു വളർത്തൊരു പൈതലെ
കഞ്ഞിക്കില്ലാഞ്ഞു വിൽക്കുന്നിതു ചിലർ
അമ്മയ്ക്കും പുനരച്ഛനും ഭാര്യയ്ക്കും
ഉണ്ണാൻപോലും കൊടുക്കുന്നില്ലാ ചിലർ
അഗ്നിസാക്ഷിണിയായൊരു പത്നിയെ
സ്വപ്നത്തിൽപോലും കാണുന്നില്ലാ ചിലർ.
സത്തുക്കൾകണ്ടു ശിക്ഷിച്ചു ചൊല്ലുമ്പോൾ
ശത്രുവെപ്പോലെ ക്രുദ്ധിക്കുന്നൂ ചിലർ
വന്ദിതന്മാരെക്കാണുന്ന നേരത്തു
നിന്ദിച്ചത്രേ പറയുന്നിതു ചിലർ
കാൺക നമ്മുടെ സംസാരം കൊണ്ടത്രേ
വിശ്വമീവണ്ണം നിൽപ്പുവെന്നും ചിലർ
ബ്രാഹ്മണ്യംകൊണ്ടു കുന്തിച്ചു കുന്തിച്ചു
ബ്രഹ്മാവുമെനിക്കൊവ്വായെന്നും ചിലർ.

അർത്ഥാശയ്ക്കു വിരുതു വിളിപ്പിപ്പാൻ
അഗ്നിഹോത്രാദി ചെയ്യുന്നിതു ചിലർ
സ്വർണ്ണങ്ങൾനവരത്നങ്ങളെക്കൊണ്ടും
എണ്ണംകൂടാതെ വിൽക്കുന്നിതു ചിലർ
മത്തേഭം കൊണ്ടു കച്ചവടംചെയ്തും
ഉത്തമതുരഗങ്ങളതുകൊണ്ടും
അത്രയുമല്ല കപ്പൽ വെപ്പിച്ചിട്ടു-
മെത്രനേടുന്നിതർത്ഥം ശിവ ശിവ!
വൃത്തിയും കെട്ടു ധൂർത്തരായെപ്പൊഴും
അർത്ഥത്തെക്കൊതിച്ചെത്ര നശിക്കുന്നു.
അർത്ഥമെത്രവളരെയുണ്ടായാലും
തൃപ്തിയാകാ മനസ്സിന്നൊരു കാലം
പത്തുകിട്ടുകിൽ നൂറുമതിയെന്നും
ശതമാകിൽ സഹസ്രം മതിയെന്നും
അയിരം പണം കയ്യിലുണ്ടാകുമ്പോൾ
അയുതമാകിലാശ്ചര്യമെന്നതും
ആശയായുള്ള പാശമതിങ്കന്നു
വേർവിടാതെ കരേറുന്നു മേൽക്കുമേൽ
സത്തുക്കൾ ചെന്നിരന്നാലായർത്ഥത്തിൽ
സ്വല്പമാത്രം കൊടാ ചില ദുഷ്ടന്മാർ
ചത്തുപോംനേരം വസ്ത്രമതുപോലു-
മൊത്തിടാ കൊണ്ടുപോകാനൊരുത്തർക്കും.
പശ്ചാത്താപമൊരെള്ളോളമില്ലാതെ
വിശ്വാസപാതകത്തെ കരുതുന്നു.

വിത്തത്തിലാശ പറ്റുക ഹേതുവായ്
സത്യത്തെ ത്യജിക്കുന്നു ചിലരഹോ!
സത്യമെന്നതു ബ്രഹ്മമതുതന്നെ
സത്യമെന്നു കരുതുന്നു സത്തുക്കൾ! 256

അതുമാത്രമല്ല, കാമം, ക്രോധം, ലോഭം, മോഹം, മദം, മാത്സര്യം എന്നിവയ്ക്കടിപ്പെട്ട് പലതരം അധർമ്മങ്ങൾ ചെയ്തുകൊണ്ട് പരിഹാസ്യരായി സഞ്ചരിക്കുകയും ചെയ്യുന്നു. സജ്ജനങ്ങൾ അവരോട് സന്മാർഗം ഉപദേശിച്ചാലാകട്ടെ, അവർ ശത്രുവിനോടെന്ന പോലെ ദേഷ്യപ്പെടുകയാണ് ചെയ്യുന്നത്. വന്ദിക്കേണ്ടവരെ അവർ നിന്ദിക്കുന്നു. നമ്മുടെ സംസാരം കൊണ്ടാണ് (ഞാൻ ഇങ്ങനെ ജീവിക്കുന്നതുകൊണ്ടാണ്) ലോകം ഈ മട്ടിൽ നിലനില്ക്കുന്നതെന്നത്രെ ചിലരുടെ ഭാവം.

(ബ്രാഹ്മണ്യം കൊണ്ടു കുന്തിച്ചു = പൊങ്ങച്ചം നടിച്ച് ബ്രഹ്മാവു പോലും തനിക്ക് ഒവ്വാ = ഒക്കുകയില്ല (തനിക്കു തുല്യനല്ല) എന്നും ചിലർ ഭാവിക്കുന്നു.

അർത്ഥത്തിൽ = ധനത്തിൽ ഉള്ള ആഗ്രഹം സാധിക്കുവാൻ വേണ്ടിയാണ് ചിലർ അഗ്നിഹോത്രം മുതലായ യാഗങ്ങൾ ചെയ്യുന്നത്. സ്വർണ്ണവും നവരത്നങ്ങളും വിറ്റും ആനകളെയും കുതിരകളെയും കച്ചവടം ചെയ്തും കപ്പലുണ്ടാക്കി വിറ്റും ആളുകൾ പണം സമ്പാദിക്കുന്നു. ധനത്തിലുള്ള കൊതി മൂലം എന്തു വൃത്തികേടു ചെയ്യാനും മടിയില്ലാതെ നശിക്കുന്നു. ധനം എത്രയുണ്ടായാലും മനസ്സിന് ഒരിക്കലും തൃപ്തി വരില്ല - പത്തു കിട്ടിയാൽ നൂറു വേണമെന്നും നൂറു കിട്ടിയാൽ ആയിരം വേണമെന്നും ആയിരം കിട്ടിയാൽ പതിനായിരം വേണമെന്നും ആശയാകുന്ന പാശം (കയർ) പിടിവിടാതെ കയറുന്നു. സജ്ജനങ്ങൾ ചെന്ന് ഇരന്നാൽ അതിൽ നിന്ന് തെല്ലെങ്കിലും ദാനം ചെയ്യുകയുമില്ല. ധനാശ മൂലം പലരും സത്യത്തെ ത്യജിക്കുന്നു. സത്യം ബ്രഹ്മം തന്നെയാണ് എന്ന സത്യം

സജ്ജനങ്ങൾ മാത്രം മനസ്സിലാക്കുന്നു.

വിദ്യകൊണ്ടറിയേണ്ടതറിയാതെ
 വിദ്വാന്മാരായ് നടിക്കുന്നിതു ചിലർ
കുങ്കുമത്തിന്റെ വാസമറിയാതെ
 കുങ്കുമം ചമുക്കുംപോലെ ഗർദ്ദഭം
കൃഷ്ണകൃഷ്ണ നിരൂപിച്ചു കാണുമ്പോൾ
 തൃഷ്ണകൊണ്ടേ ഭ്രമിക്കുന്നിതൊക്കെയും
എണ്ണിയെണ്ണിക്കുറയുന്നിതായുസ്സും
 മണ്ടിമണ്ടിക്കരേറുന്നു മോഹവും
വന്നുവോണം, കഴിഞ്ഞു വിഷുവെന്നും
 വന്നില്ലല്ലോ തിരുവാതിരയെന്നും.
കുംഭമാസത്തിലാകുന്നു നമ്മുടെ
 ജന്മനക്ഷത്രമശ്വതിനാളെന്നും
ശ്രാദ്ധമുണ്ടഹോ വൃശ്ചികമാസത്തിൽ
 സദ്യയൊന്നുമെളുതല്ലിനിയെന്നും,
ഉണ്ണിയുണ്ടായി വേൾപ്പിച്ചതിലൊരു
 ഉണ്ണിയുണ്ടായിക്കണ്ടാവൂ ഞാനെന്നും,
കോണിക്കത്തന്നെ വന്ന നിലമിനി
 കാണമന്യന്നെടുപ്പിക്കരുതെന്നും
ഇത്ഥമോരോന്നു ചിന്തിച്ചിരിക്കവേ
 ചത്തുപോകുന്നു പാവം ശിവ ശിവ! 276

വിദ്യകൊണ്ടു നേടേണ്ടുന്ന ആത്മജ്ഞാനം നേടാതെ തങ്ങൾ വിദ്വാന്മാരെന്ന് അഹങ്കരിച്ച് നടക്കുകയാണ് പലരും. കുങ്കുമത്തിന്റെ വാസം

(വാസന) അറിയാതെ കഴുത കുങ്കുമം ചുമക്കുന്നതുപോലെയാണത്. തൃഷ്ണ (അത്യാഗ്രഹം) കൊണ്ടുള്ള തെറ്റിദ്ധാരണയുടെ ഫലമാണെല്ലാം. മോഹങ്ങൾ ഏറിയേറി വരുന്നു. ആയുസ്സു കുറഞ്ഞു വരുന്നു. ഭൗതിക ജീവിതത്തിലെ ആഘോഷങ്ങളും സുഖവും ആസ്വദിച്ചുകൊണ്ടിരിക്കു മ്പോൾ പെട്ടെന്നൊരു ദിവസം ആയുസ്സ് ഒടുങ്ങുന്നു. കോണിക്കത്തന്നെ വന്ന നിലം (കുടിയാൻ ഒഴിഞ്ഞു പോയിട്ട് സ്വന്തമായി കിട്ടിയ ഭൂമി.) ഇനി നഷ്ടപ്പെടാതെ കൈവശം വച്ച് കൃഷി ചെയ്യണം. കാണം കൊടു ക്കരുത്. കാണം എടുപ്പിക്കുക = സ്വന്തം ഭൂമി കൃഷിചെയ്യാനായി അന്യന് കൊടുക്കുക.

എന്തിനിത്ര പറഞ്ഞു വിശേഷിച്ചും
ചിന്തിച്ചീടുവിനാവോളമെല്ലാരും.
കർമ്മത്തിന്റെ വലിപ്പവുമോരോരോ
ജന്മങ്ങൾ പലജാതി കഴിഞ്ഞതും
കാലമിന്നു കലിയുഗമായതും
ഭാരതഖണ്ഡത്തിന്റെ വലിപ്പവും
അതിൽവന്നു പിറന്നതുമിത്രനാൾ
പഴുതേതന്നെ പോയ പ്രകാരവും
ആയുസ്സിന്റെ പ്രമാണമില്ലാത്തതും
ആരോഗ്യത്തോടിരിക്കുന്നവസ്ഥയും
ഇന്നു നാമസങ്കീർത്തനംകൊണ്ടുടൻ
വന്നുകൂടും പുരുഷാർത്ഥമെന്നതും
ഇന്നു തെറ്റിയാലിത്രയെളുപ്പമായ്
എന്നുമേലിലീവണ്ണം വരുമെന്നും

ഇനിയുള്ള നരകഭയങ്ങളും
    ഇന്നുവേണ്ടും നിരൂപണമൊക്കെയും
എന്തിനു വൃഥാ കാലം കളയുന്നു
    വൈകുണ്ഠത്തിനു പൊയ്ക്കൊൾവിനെല്ലാരും 294

എന്തിനാണ് വിശേഷിച്ച് ഇത്രയും വിസ്തരിച്ചു പറഞ്ഞത് എന്ന് എല്ലാവരും ആലോചിച്ചു നോക്കുക. കർമ്മത്തിന്റെ വലിപ്പവും പല ജന്മങ്ങൾ കഴിഞ്ഞതും ഇക്കാലം കലിയുഗമാണെന്നതും ഭാരത ഖണ്ഡത്തിന്റെ വലുപ്പവും അതിൽ വന്ന് നാം പിറന്ന് ഇത്രകാലവും പാഴായിപ്പോയെന്നതും ആയുസ്സ് ഇത്രയെന്ന് ഉറപ്പില്ലാത്തതും ആരോഗ്യസ്ഥിതിയും ഇന്ന് നാമജപം കൊണ്ട് പുരുഷാർത്ഥം (മോക്ഷം) നേടുവാൻ കഴിയുമെന്നുള്ളതും ഈ സന്ദർഭം തെറ്റിയാൽ മേലിൽ ഇങ്ങനെ ഇത്ര എളുപ്പമായ ഒരവസരം എന്നാണ് വന്നു ചേരുകയെന്ന് പറയാനാവില്ലെന്നതും എല്ലാം വേണ്ടും വണ്ണം ചിന്തിക്കണം. ധർമ്മം ചെയ്യാതിരുന്നാൽ നരകത്തിലെത്തുമെന്നു പേടിക്കുകയും വേണം. വെറുതെ, സമയം പാഴാക്കാതെ നാമസങ്കീർത്തനമെന്ന അനായാസമായ മാർഗത്തിലൂടെ എല്ലാവരും വൈകുണ്ഠത്തിലേക്കു പൊയ്ക്കൊള്ളുവിൻ.

കൂടിയല്ലാ പിറക്കുന്ന നേരത്തും
    കൂടിയല്ലാ മരിക്കുന്ന നേരത്തും
മദ്ധ്യേ യിങ്ങനെ കാണുന്ന നേരത്തു
    മത്സരിക്കുന്നതെന്തിനു നാം വൃഥാ
അർത്ഥമോ പുരുഷാർത്ഥമിരിക്കവേ
    അർത്ഥത്തിനു കൊതിക്കുന്നതെന്തു നാം!

മദ്ധ്യാഹ്നാർക്കപ്രകാശമിരിക്കവേ

ഖദ്യോതത്തെയോ മാനിച്ചുകൊള്ളേണ്ടൂ. 302

പിറക്കുമ്പോൾ നാം ഒരുമിച്ചല്ല. മരിക്കുമ്പോഴും ഒരുമിച്ചല്ല. ജനന മരണങ്ങൾക്കിടയിൽ വെച്ചു തമ്മിൽക്കാണുമ്പോൾ നാം എന്തിനാണ് മത്സരിക്കുന്നത്? പുരുഷാർത്ഥം (മോക്ഷം) എന്ന അർത്ഥം (ധനം) ഇരിയ്ക്കെ, ധനത്തിന്നു കൊതിയ്ക്കുന്നതെന്തിനാണ്? മധ്യാഹ്നസൂര്യൻ പ്രകാശിച്ചുകൊണ്ടിരിക്കെ ഖദ്യോതത്തെ (മിന്നാമിനുങ്ങിനെ)യാണോ മാനിയ്ക്കേണ്ടത്?

ഉണ്ണിക്കൃഷ്ണൻ മനസ്സിൽ കളിക്കുമ്പോൾ

ഉണ്ണികൾ മറ്റു വേണമോ മക്കളായ്

മിത്രങ്ങൾ നമുക്കെത്ര ശിവ ശിവ!

വിഷ്ണുഭക്തന്മാരില്ലേ ഭുവനത്തിൽ

മായ കാട്ടും വിലാസങ്ങൾ കാണുമ്പോൾ

ജായ കാട്ടും വിലാസങ്ങൾ ഗോഷ്ടികൾ.

ഭുവനത്തിലേ ഭൂതികളൊക്കെയും

ഭവനം നമുക്കായതിതുതന്നെ.

വിശ്വനാഥൻ പിതാവു നമുക്കെല്ലാം

വിശ്വധാത്രി ചരാചരമാതാവും.

അച്ഛനും പുനരമ്മയുമുണ്ടല്ലോ

രക്ഷിച്ചീടുവാനുള്ളനാളൊക്കെയും

ഭിക്ഷാന്നം നല്ലൊരന്നവുമുണ്ടല്ലോ

ഭക്ഷിച്ചീടുകതന്നേ പണിയുള്ളു.

സക്തികൂടാതെ നാമങ്ങളെപ്പോഴും

ഭക്തിപൂണ്ടു ജപിക്കണം നമ്മുടെ
സിദ്ധികാലം കഴിവോളമീവണ്ണം
ശ്രദ്ധയോടെ വസിക്കേണമേവരും.
കാണാകുന്ന ചരാചരജാതിയെ
നാണം കൈവിട്ടു കൂപ്പി സ്തുതിക്കണം.
ഹരിഷാശ്രു പരിപ്ലുതനായിട്ടു
പരുഷാദികളൊക്കെസ്സഹിച്ചുടൻ
സജ്ജനങ്ങളെക്കാണുന്ന നേരത്തു
ലജ്ജകൂടാതെ വീണു നമിക്കണം
ഭക്തിതന്നിൽ മുഴുകിച്ചമഞ്ഞുടൻ
മത്തനെപ്പോലെ നൃത്തം കുതിക്കണം.
പാരിലിങ്ങനെ സഞ്ചരിച്ചീടുമ്പോൾ
പ്രാരബ്ദങ്ങളശേഷമൊഴിഞ്ഞിടും.

ഈ ലോകത്തിൽ ഭാര്യ, മക്കൾ, സുഹൃത്തുക്കൾ എന്നിങ്ങനെയുള്ള ബന്ധങ്ങളാണല്ലോ മഹത്തരമായി കണക്കാക്കുന്നത്. എന്നാൽ ശാശ്വതമായ സന്തോഷത്തിന്റെ ഉറവിടം ചൂണ്ടിക്കാണിക്കുകയാണ് പൂന്താനം. ഉണ്ണിക്കൃഷ്ണൻ മനസ്സിൽ കളിക്കുമ്പോൾ, മക്കളായി മറ്റു ഉണ്ണികൾ എന്തിനാണ്? വിഷ്ണു ഭക്തന്മാർ ധാരാളമുണ്ടായിരിക്കേ, മറ്റു മിത്രങ്ങൾ നമുക്കെന്തിനാണ്? മായയുടെ വിലാസങ്ങൾ കാണുമ്പോൾ ജായയുടെ വിലാസങ്ങൾ വെറും ഗോഷ്ടികൾ മാത്രം. ജായ = ഭാര്യ.

പ്രപഞ്ചത്തിലെ എല്ലാ ഐശ്വര്യവും നമ്മുടേതാണ്. കാരണം നമ്മുടെ വീട് ഈ ലോകം തന്നെയാണ്. സർവ്വ ചരാചരങ്ങളുടെയും പിതാവ് ഈശ്വരനും മാതാവ് ജഗദംബയുമാണ്. ആ അച്ഛനമ്മമാരുടെ സംരക്ഷണയിൽ ഭിക്ഷാന്നമുണ്ട്, മോഹങ്ങളില്ലാതെ, ഭക്തിയോടെ നാമം ജപിച്ച് ചരാചരങ്ങളിലെല്ലാം ഈശ്വര ചൈതന്യമുള്ളതിനാൽ അവയെയെല്ലാം കൈ

കൂപ്പി വണങ്ങി, സന്തോഷാശ്രുക്കൾ പൊഴിച്ച് സജ്ജനങ്ങളെ ബഹുമാനിച്ച്, ഭക്തിയിൽ മുഴുകി ജീവിക്കയാണെങ്കിൽ പ്രാരാബ്ധങ്ങളെല്ലാം മാറിപ്പോകുമെന്ന് തീർച്ചയാണ്. ഹരിഷാശ്രുപരിപ്ലുതൻ = ആനന്ദക്കണ്ണീരിൽ മുഴുകിയവൻ.

വിധിച്ചീടുന്ന കർമ്മമൊടുങ്ങുമ്പോൾ
പതിച്ചീടുന്നു ദേഹമൊരേടത്ത്
കൊതിച്ചീടുന്ന ബ്രഹ്മത്തെക്കണ്ടിട്ടു
കുതിച്ചീടുന്നു ജീവനുമപ്പൊഴേ.
സക്തിവേറിട്ടു സഞ്ചരിച്ചീടുമ്പോൾ
പാത്രമായില്ലെന്നതുകൊണ്ടേതും
പരിതാപം മനസ്സിൽ മുഴുക്കേണ്ട
തിരുനാമത്തിൻ മാഹാത്മ്യം കേട്ടാലും.
ജാതിപാർക്കിലൊരന്ത്യജനാകിലും
വേദവാദി മഹീസുരനാകിലും
നാവുകൂടാതെ ജാതന്മാരാകിയ
മൂകരെയങ്ങൊഴിച്ചുള്ള മാനുഷർ
എണ്ണമറ്റ തിരുനാമമുള്ളതിൽ
ഒന്നുമാത്രമൊരിക്കലൊരുദിനം
സ്വസ്ഥനായിട്ടിരിക്കുമ്പോഴെങ്കിലും
സ്വപ്നത്തിൽത്താനറിയാതെയെങ്കിലും
മറ്റൊന്നായിപ്പരിഹസിച്ചെങ്കിലും
മറ്റൊരുത്തർക്കു വേണ്ടിയെന്നാകിലും
ഏതു ദിക്കിലിരിക്കിലും തന്നുടെ
നാവുകൊണ്ടിതു ചൊല്ലിയെന്നാകിലും

അതുമല്ലൊരുനേരമൊരു ദിനം
    ചെവികൊണ്ടിതു കേട്ടുവെന്നാകിലും
ജന്മസാഫല്യമപ്പൊഴേ വന്നുപോയ്
    ബ്രഹ്മസായൂജ്യം കിട്ടീടുമെന്നല്ലോ.
ശ്രീധരാചാര്യൻ താനും പറഞ്ഞിതു
    ബാദരായണൻ താനുമരുൾചെയ്തു
ഗീതയും പറഞ്ഞീടുന്നിതിങ്ങനെ
    വേദവും ബഹുമാനിച്ചു ചൊല്ലുന്നു.
ആമോദം പൂണ്ടു ചൊല്ലുവിൻ നാമങ്ങൾ
    ആനന്ദം പൂണ്ടു ബ്രഹ്മത്തിൽ ചേരുവാൻ!
മതിയുണ്ടെങ്കിലൊക്കെ മതിയിതു
    തിരുനാമത്തിൻ മാഹാത്മ്യമാമിത്.
പിഴയാകിലും പിഴകേടെന്നാകിലും
    തിരുവുള്ളമരുൾക ഭഗവാനേ! 364

ഓരോരുത്തർക്കും വിധിച്ച കർമ്മം ഒടുങ്ങിയാൽ ദേഹം ഒരിടത്ത് പതിക്കും. ബ്രഹ്മസായൂജ്യത്തിന്നു കൊതിക്കുന്ന ജീവൻ ബ്രഹ്മത്തെ സാക്ഷാൽക്കരിച്ച് അതിൽ വേഗം ചെന്നു ലയിക്കും. ലോകസുഖത്തോടുള്ള ആസക്തി മുഴുവനായി വിട്ടു പോകുന്നില്ലല്ലോ എന്ന ദുഃഖം വേണ്ട. സുഖാസക്തി ക്രമത്തിൽ ഇല്ലാതാകും. തിരുനാമ സങ്കീർത്തനമാണ് ഏകരക്ഷാ മാർഗ്ഗം. തിരുനാമത്തിന്റെ മാഹാത്മ്യം കേട്ടാലും. ബ്രാഹ്മണനാകിലും അധഃകൃതജാതിയിൽ പെട്ടവനാണെങ്കിലും ജന്മനാ നാവില്ലാത്ത മൂകരല്ലാത്തവർ ഒരു ദിവസം ഒരു തവണയേ നാമം ജപിച്ചുള്ളുവെങ്കിലും സ്വപ്നത്തിലാണെങ്കിലും പരിഹസിച്ചായാൽ പോലും ഏതു ദിക്കിലാണെങ്കിലും നാമം ജപിച്ചാൽ ബ്രഹ്മസായൂജ്യം തരുന്നതാണ്. നാമജപം

കേൾക്കുന്നതു പോലും സായുജ്യലബ്ധിക്കു വഴിവെക്കുന്നതാണ്. ഇക്കാര്യം ശ്രീധരാചാര്യൻ ഭാഗവതവ്യാഖ്യാനത്തിലും ബാദരായണൻ (വേദവ്യാസൻ) മഹാഭാരതത്തിലും ഭഗവദ്ഗീതയിലും പറയുന്നുണ്ട്. വേദങ്ങളും ഇതു തന്നെ ബഹുമാനപൂർവ്വം പറയുന്നു. അതുകൊണ്ട് ബ്രഹ്മസായൂജ്യം നേടുവാൻ എല്ലാവരും ആമോദപൂർവ്വം നാമം ചൊല്ലണം. പൂർണ്ണ മനസ്സുണ്ടെങ്കിൽ മാത്രം ഇതു ചെയ്യുക. ഇതാണ് തിരുനാമമാഹാത്മ്യം, തെറ്റോ ശരിയോ എന്തായാലും ഈശ്വരന്റെ തിരുവുള്ളം തന്നിലുണ്ടാകട്ടെ എന്ന് ഭഗവാനോട് കവി പ്രാർത്ഥിക്കുന്നു. പ്രാപഞ്ചിക സുഖങ്ങളിൽ അത്യാർത്തി മുഴുത്ത് വലയുന്ന സാധാരണ ജനങ്ങൾക്ക് ആ ദുഃഖത്തിൽ നിന്ന് എന്നെന്നേക്കുമായ മോചനം നൽകുന്നതിന്ന് ഏറ്റവും എളുപ്പമായ ഒരേയൊരു വഴി തിരുനാമ സങ്കീർത്തനമാണെന്ന് നാമമാഹാത്മ്യം ജ്ഞാനപ്പാന ഉദ്ഘോഷിക്കുന്നു.

www.ingramcontent.com/pod-product-compliance
Lightning Source LLC
LaVergne TN
LVHW060423051026
849518LV00007B/2696
* 9 7 8 8 1 8 8 0 2 2 4 5 8 *